இடையிலாடும் ஊஞ்சல்

சின்னச் சின்னக் கட்டுரைகள்

ச.தமிழ்ச்செல்வன்

பாரதி
புத்தகாலயம்

Idaiyiladum Oonjal (In Tamil)
Sa. Tamilselvan
First Published : December, 2023

Published by

BHARATHI PUTHAKALAYAM
7, Elango Salai, Teynampet, Chennai - 600 018
Email: bharathiputhakalayam@gmail.com | www.thamizhbooks.com

இடையிலாடும் ஊஞ்சல்
ச.தமிழ்ச்செல்வன்
முதற் பதிப்பு : டிசம்பர், 2023

வெளியீடு
பாரதி புத்தகாலயம்

7, இளங்கோ சாலை, தேனாம்பேட்டை, சென்னை - 600 018.
தொலைபேசி : 044 24330024, 24330024 விற்பனை: 24332924.

விற்பனை நிலையங்கள்
அருப்புக்கோட்டை: கதவுஎண் *49 A/4* மெயின் ரோடு, தெற்கு தெரு - *9994173551*
ஈரோடு: *39: 39* ஸ்டேட் பாங்க் சாலை - *9245448353*
கரூர்: நாரத கானசபா அருகில் *(TNGEA OFFICE) - 9442706676*
காரைக்குடி : *12, 2* வது தெரு, கம்பன் மணிமண்டபம் பின்புறம் - *9443406150*
கும்பகோணம்: *352,* ரயில் நிலையம் எதிரில் - *9443995061*
குன்னூர்: *N.K.N* வணிக வளாகம் பெட்போர்ட்
கோவை: *77,* மசக்காளிபாளையம் ரோடு, பீளமேடு - *8903707294*
சிதம்பரம்: *22A / 18B* தேரடி கடைத் தெரு, கீழவீதி அருகில் - *9994399347*
செங்கல்பட்டு: *1 D* ஜி.எஸ்.டி சாலை - *044 27426964* | **சேலம்:** *15,* வித்யாலயா சாலை சாலை
சேலம்: பாலம் *35,* அத்வைத ஆஸ்ரமம் சாலை *0427 2335952*
தஞ்சாவூர்: காந்திஜி வணிக வளாகம் காந்திஜி சாலை - *9655542400*
திண்டுக்கல்: பேருந்து நிலையம் - *9942331105, 9976053719*
திருச்சி: வெண்மணி இல்லம், கரூர் புறவழிச்சாலை - *9994289492*
திருநெல்வேலி: டிரஸ்ட் வளாகம், *48-B/10,* அம்பை ரோடு, வீரமாணிக்கபுரம் - *9442149981*
திருப்பூர்: *447,* அவினாசி சாலை - *9486105018*
திருவண்ணாமலை: முத்தம்மாள் நகர் | **திருவல்லிக்கேணி:** *48,* தேரடி தெரு - *9444428358*
திருவாரூர்: *35,* நேதாஜி சாலை - *9442540543* | **நாகர்கோவில்:** *699* கே.பி.ரோடு *R.V.*புரம் - *9443450111*
நெய்வேலி: பேருந்து நிலையம் அருகில், - *9443659147*
பழனி: பேருந்து நிலையம் அருகில் - *7010760693*
பாண்டிச்சேரி : கிழக்கு கடற்கரைச்சாலை, இலாசுப்பேட்டை, *9486102777*
பெரம்பூர்: *52,* கூக்ஸ் ரோடு - *9444373716* | **மதுரை:** *37A,* பெரியார் பேருந்து நிலையம் - *045 22324674*
மதுரை: சர்வோதயா மெயின்ரோடு
வடபழனி: பேருந்து நிலையம் எதிரில் அடையார் ஆனந்தபவன் மாடியில் - *9444476967*
விருதுநகர்: *131,* கச்சேரி சாலை - *0456 2245300* | **வேலூர்:** பேஸ் *III,* சத்துவாச்சாரி - *9442553893*

நினைத்த நூல்கள்... நினைத்த நேரத்தில்... BharathiTV | www.bookday.in

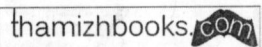

ரூ. 140/-

அச்சு : பிரிண்டெக், சென்னை -5.

காலங்களுக்கிடையில்...

இச்சிறு நூலில் தொகுக்கப்பட்டுள்ள கட்டுரைகள் 'இந்து தமிழ் திசை' மற்றும் 'மாலை மலர்' நாளிதழ்களில் வெளியானவை. கொரோனா ஊரடங்கு காலத்தில் மாலை மலரில் எழுதும்படி அதன் துணை ஆசிரியர் வசந்த் கேட்டுக்கொண்டதற்கிணங்கிய கட்டுரைகள் அவை. 'இந்து தமிழ் திசை' நாளிதழில் நடுப்பக்கச் சிறு கட்டுரைகள் சமகால அரசியல், பண்பாடு நிகழ்வுகளைக் கடந்த காலத்தோடு பொருத்திப் பார்த்து எழுதப்பட்டவை. கடந்த காலத்துக்கும் நிகழ்காலத்துக்கும் இடையிலும் வரலாற்றுக்கும் பண்பாட்டுக்கும் இடையிலும் தனிமனித உணர்வுக்கும் சமூக உளவியலுக்கும் இடையிலும் ஆடிய ஊஞ்சல் அசைவுகள் இவை.

இவ்விரு நாளிதழ்களுக்கும் என் நன்றி!

மீண்டும் ஒருமுறை வாசித்துப் பார்க்கையில் கடந்த காலங்கள் குறித்த ஏக்கப்பெருமூச்சு வருவதைத் தவிர்க்க முடியவில்லை. இந்திய வரலாறு முன்னெப்போதும் கண்டிராத காட்சிகளை, கொடுமைகளை இப்போது கண்டுவருகிறது. மதச்சார்பற்ற ஜனநாயக சோசலிசக் குடியரசான இந்தியாவின் ஆட்சிப்பொறுப்பில் இன்று அமர்ந்திருப்பவர்களுக்கு இந்த அரசியல் சட்ட விழுமியங்கள் மீது கிஞ்சித்தும் மரியாதை இல்லை. இதை எப்படி ஒழிப்பது என்பதிலேயே குறியாக இருக்கிறார்கள். கடந்த ஆண்டு வாரணாசியில் கூடிய சாதுக்கள் எனப்படுகிற சந்நியாசிகளின் பாராளுமன்றம் இந்தியாவின் அரசியலமைப்புச் சட்டத்தை நீக்கிவிட்டுப் புதிதாக அமலாக்க வேண்டிய ஓர் இந்துத்துவ அரசியலமைப்புச் சட்டத்தை நிறைவேற்றியிருக்கிறது. டெல்லிக்குப் பதிலாக காசியே நாட்டின் தலைநகராக மாற்றப்பட வேண்டும் என்றெல்லாம் தீர்மானம் நிறைவேற்றியிருக்கிறார்கள். புதிய பாராளுமன்றக் கட்டிடத் திறப்புக்கு இந்து மடாதிபதிகளை அழைக்கும் ஓர் "மதச்சர்பற்ற" அரசு சாமியார்களின் குரலுக்குத்தான் மதிப்புக் கொடுக்கும் என்பதைச் சொல்ல வேண்டியதில்லை. உலகமே கதறிக் கேட்டுக்கொண்டபோதும் நாட்டின் பிரதமர்

எரியும் மணிப்பூரை எட்டிப்பார்க்கவும் தயாராக இல்லை. குஜராத் ஃபார்முலாபோல இப்போது சங்கிகள் உருவாகியிருக்கும் புதியபார்முலாவாக "மணிப்பூர் ஃபார்முலா" திகழ்கிறது. ஒருமாநிலமே இரண்டு கூறாகப் பிளவுண்டு எதிரெதிராக நிற்கிறது. மத்திய, மாநில பாஜக அரசுகளின் விடாமுயற்சியாலும் அர்ப்பணிப்புமிக்க உழைப்பாலும்தான் இந்தப் பகைமையும் படுகொலைகளும் மணிப்பூரில் அரங்கேறிக்கொண்டிருக்கின்றன. பகை வளர்க்கும் அரசியல்தான் பாஜக/சங்கிகளின் ஜீவாதாரம். அதற்காக என்ன விலையும்-மக்களையே பலி கொடுக்கவும் தயாராக இருக்கிறார்கள். இன்று மணிப்பூர், நாளை எந்த மாநிலமும் இவர்களுக்கு இரையாகலாம்.

தமிழ்நாட்டில் மூச்சுவிட அவகாசம் இருக்கிறது. அவ்வளவே. மதச்சார்பற்ற சக்திகள் இன்னும் சோம்பல் முறிக்கும் கட்டத்திலேயே இருப்பதால் நம் அச்சம் இன்னும் பன்மடங்காகிறது. பாஜகவை இன்னுமொரு கட்சியாகப் பாவிக்கும் மக்கள் மனதில் அவர்களைப்பற்றிய அச்சமே இல்லை. இதுதான் மிகப்பெரிய ஆபத்தும் அச்சமுமாக இருக்கிறது.

ஆழமான கட்டுரைகளின் தொகுப்பாக இதை நான் முன் வைக்கவில்லை. கருதவுமில்லை. குழுக்களில் வாசித்து விவாதிக்க உதவும் கருத்துத் தாள்களின் தொகுப்பாகவே பார்க்கிறேன். அந்த வகையில் இவற்றுக்கு ஒரு பயன் மதிப்பு இருப்பதாகக் கருதியே இந்நூல் உங்கள் கைகளில்.

மிக்க அன்புடன்,

ச. தமிழ்ச்செல்வன்

சிவகாசி-*626124*
01-12-2023

உள்ளே

1. படையெடுக்கும் பாம்புகள் — 7
2. ஈரானியப் பெண்கள் வெல்லட்டும் — 10
3. சந்தையில் பெண்ணுடல் — 13
4. பசியை வெல்லும் போர் — 17
5. தமிழ்நாட்டில் நடக்கும் 'ஞானபூசை' — 20
6. அவமானமே பாராட்டு — 23
7. பன்முகப் பரிமாணம் கொண்ட அறிஞர் தொ.பரமசிவன் — 26
8. விளையாட்டின் மீது ஏற்றப்பட்டவை — 30
9. போதுமான அதிர்ச்சி இல்லாப் பொதுச் சமூகம் — 33
10. எங்கள் தமிழ் என்ன தமிழ்? — 36
11. மிருக நலனும் மிருக பலமும் — 39
12. வரவு எட்டணா செலவு பத்தணா — 42
13. 'நூறு நாள்' கோபங்கள் — 45
14. புத்தகமும் புத்தகம் சார்ந்தும் — 48
15. இலக்கியத்தில் வர்க்கங்கள் — 52
16. வன்முறைக்கல்வி ஒழியாதா? — 60
17. பெருமை பேசுவோம். ஆனால்... — 63
18. அவர்கள் இன்னும் காத்திருக்கிறார்கள் — 67
19. தினங்களின் அரசியல் — 71
20. கண்டா வரச்சொல்லுங்க... — 74
21. அந்த 45 நிமிடங்கள் — 77
22. யார் சொன்னா கேப்பீங்க? — 80

23. துக்க நாள் அல்ல என்றாலும் துக்கமாயிருந்தது	83
24. ஒற்றைத்தீர்வு இல்லை	86
25. கு. சின்னப்பபாரதி என்னும் தனித்துவம் மிக்க படைப்பாளி	89
26. அமைதிக்கான நோபல் பரிசு 2023: எழுப்பும் சில கேள்விகள்	92

'மாலை மலர்' நாளிதழில் வந்த சில கட்டுரைகள்

1. கொரோனா காலத்தில் கல்விச் சிந்தனைகள்	96
2. நம்மைப் பண்படுத்துவது யார்?	102
3. மாவீரன் பகத்சிங் நினைவு தினம்-மார்ச் 23	109
4. கொரானாவும் உணவுப் பண்பாடும்	115
5. உலக சுகாதார நிறுவனம்	121
6. நமக்குள் வாழும் வைரஸ் ஒன்றா இரண்டா?	127
7. இயற்கையை நோக்கித் திருப்பிய கொரோனா	133
8. பெண்களின் சொத்துரிமை	139

1

படையெடுக்கும் பாம்புகள்

"எல்லா மொழிகளுக்கும் தாய் சமஸ்கிருதம்தான். ஆகவே அம்மொழியை தேசிய மொழியாக அறிவிக்குமாறு பாராளுமன்றத்துக்கு உச்ச நீதிமன்றம் ஆணையிடவேண்டும்" என்று தொடுக்கப்பட்ட வழக்கை உச்சநீதிமன்ற இரு நீதிபதிகள் அமர்வு சமீபத்தில் தள்ளுபடி செய்தது. வழக்குத் தொடுத்தவர் குஜராத்தின் முன்னாள் கூடுதல் செயலாளரகப் பணியாற்றிய ஒரு ஐ.ஏ.எஸ். அதிகாரியான திரு. கே.ஜி.வஞ்சாரா என்பவர். (வில்லங்கமெல்லாம் குஜராத்திலிருந்துதான் வரும் போலும்). இது ஒன்றும் புதிய குரல் அல்ல. நூற்றாண்டுகள் தாண்டியும் எதிரொலித்துக்கொண்டிருக்கும் ஒரு குரல்தான். சங் பரிவாரங்கள் நீண்ட காலமாக எழுப்பிக்கொண்டிருக்கும் ஒரு குரலும்தான். சமஸ்கிருதம் இந்தியாவில் புழங்கும் அனைத்து மொழிகளுக்கும் தாய் என்கிற கருத்தாக்கம் காலனிய காலத்தில் உருவாகி வலுப்பெற்ற ஒரு கற்பிதம்.

1757இல் நடைபெற்ற பிளாசிப்போருக்குப் பிறகு வங்காளத்தில் வரி வசூலிக்கும் உரிமையை-வங்காளி திவானியைப் பெற்ற ஆங்கிலேயர்கள், பிளாசிப்போருக்கு முன்னர் இருந்ததைப்போல வியாபார நோக்கம் மட்டுமே கொண்டவர்களாக இருக்கவில்லை. இந்தியாவை ஆட்சி செய்யும் நோக்கமும் கொண்டவர்களாக உருமாற்றம் பெற்றனர். மக்களின் மீது ஆளுமை செலுத்த வேண்டுமெனில் அம்மக்கள் பேசும் மொழிகளின் மீது தமக்கு ஆளுமை வேண்டும் என்பதை ஐரோப்பியர்கள் உணர்ந்திருந்தனர். மொழிபெயர்க்கும் துபாஷிகளை முழுமையாக நம்பமுடியாது என்கிற அனுபவத்தில் இந்திய மொழிகளைத் தாமே கற்க முறையான ஏற்பாடுகளைச் செய்தனர். கி.பி. 1800ஆம் ஆண்டு வில்லியம் கோட்டைக் கல்லூரியைக் கொல்கத்தாவில் துவக்கினர். இந்திய மொழிகளைப் பிரிட்டிஷ் அதிகாரிகளுக்குக் கற்றுக்கொடுப்பதே இக்கல்லூரியின் நோக்கம். இந்தக் கல்லூரியில் அராபியம், பாரசீகம், சமஸ்கிருதம், இந்தி, உருது, வங்காளம், மராத்தி, ஒரியா, பஞ்சாபி ஆகிய மொழிகள் பயிற்றுவிக்கப்பட்டன.

தென்னிந்திய மொழிகளை ஆங்கில அதிகாரிகளுக்குக் கற்பிக்க சென்னையில் புனித ஜார்ஜ் கோட்டைக் கல்லூரி 1812இல் துவக்கப்பட்டது. இந்திய மொழிகளுக்கான இலக்கண நூல்களையும் ஐரோப்பியர்களே எழுதி, இக்கல்லூரியில் பயின்றவர்களுக்காக அச்சிட்டு வழங்கினர். சுதேசி மொழி அறிஞர்களின் பங்களிப்பும் இருந்தது.

முழுக்கவும் இந்தியாவிலேயே இயங்கும் இந்தக் கல்லூரிகளை மட்டுமே சார்ந்திருப்பதை விரும்பாத ஆங்கிலேயர்கள் இங்கிலாந்திலேயே ஒரு கல்லூரியைத் துவங்கினார்கள். 1806ஆம் ஆண்டு துவக்கப்பட்ட 'ஹெயிலிபரி கல்லூரியில்' இந்தியாவுக்குச் செல்லும் அதிகாரிகளுக்கு இந்திய மொழிகளும் பண்பாட்டுக் கூறுகளும் கற்பிக்கப்படலாயிற்று. அக்கல்லூரி சமஸ்கிருதத்துக்கு அதிக முக்கியத்துவமளித்தது. சமஸ்கிருதமே இந்திய மொழிகளுக்குத் தாய் மொழி என்கிற உணர்வை இக்கல்லூரியில் பெற்றவர்களே இந்தியாவுக்கு அதிகாரிகளாக வந்து சேர்ந்தனர். இந்தத் தாக்கம் இன்றுவரை இந்திய ஆட்சிப்பணியாளர்களில் பலருக்கும் இருப்பதன் வெளிப்பாடுதான் உச்ச நீதிமன்றத்தில் ஐ.ஏ.எஸ். அதிகாரி வஞ்சாரா தொடுத்த வழக்கு.

ஆனால், சமஸ்கிருதத்தோடு எந்தப் பிணைப்பும் இல்லாமல் தனித்தியங்கும் மொழிக்குடும்பமாக தென்னிந்திய மொழிகள் திகழ்ந்தன என்கிற உண்மையை இவர்கள் அறிந்திருக்கவில்லை. அதை உலகுக்கு அறிவிக்க 1856ஆம் ஆண்டு வெளியிடப்பட்ட பிஷப் ராபர்ட் கால்டுவெல்லின் 'திராவிட அல்லது தென்னிந்தியக் குடும்ப மொழிகளின் ஒப்பிலக்கணம்' என்கிற மகத்தான நூல் வர வேண்டியிருந்தது. இதற்கிடையில் 1835ஆம் ஆண்டு வெளியிடப்பட்ட மெக்காலேயின் கல்வி அறிக்கை ஆங்கிலேயர்களின் மொழி கற்றல் இயக்கத்தின் முன்னுரிமைகளை மாற்றியது. சமஸ்கிருத இலக்கியங்களை விரிவாகவும் ஆழ்ந்தும் கற்கும் ஒரு சாராரையும் சமஸ்கிருதம் உள்ளிட்ட இந்திய மொழிகளை அன்றாட அலுவல்களுக்குத் தேவையான அளவுக்குக் கற்றால் போதும். இலக்கியங்களையெல்லாம் கற்று நேரத்தை வீணடிக்க வேண்டியதில்லை என்கின்ற இன்னொரு சாராரையும் மெக்காலே கல்வி அறிக்கை உருவாக்கியது. மோனியர் வில்லியம்ஸ் 'சகுந்தலைய'யை மொழிபெயர்த்தார். மாக்ஸ் முல்லர், 'கீழை நாட்டுப்புனித நூல்கள்' தொகுதிகளை வெளியிடுகிறார். எனவே ஐரோப்பியருக்கு சமஸ்கிருதப்பிரதிகள்

வாசிக்கக் கிடைத்தன. சமஸ்கிருதம் 'மொழி' என்கிற தகுதியைக் கடந்து 'அடையாளம்' என்னும் தகுதியை அடையத் தொடங்கியதாக 'மொழியாகிய தமிழ்' நூலாசிரியர் ந.கோவிந்தராஜன் குறிப்பிடுகிறார்.

காலப்போக்கில் அது இந்தோ-ஐரோப்பிய மொழிகளில் ஒன்று என்கிற தகுதியைப்பெற்று ஜெர்மனியில் பெரும் தாக்கத்தை ஏற்படுத்தியது. அங்கே உருவாகிக்கொண்டிருந்த யூதத் தொடர்பில்லாத ஆரிய அடையாள அரசியலுக்கும் ஆய்வுகளுக்கும் சமஸ்கிருதம் பெரும் துணை செய்தது. தென்னிந்திய மொழிகள் சமஸ்கிருத மொழியில் இருந்து உருவாகவில்லை என்றும் அவை தனித்த இயல்புடையன என்றும் கால்டுவெல்லுக்கு முன்பே கூறிய அறிஞர் குழு எல்லீஸ் தலைமையிலான சென்னைக் கல்விச் சங்கத்தைச் சார்ந்தது என்பதை வரலாறு காட்டுகிறது. எல்லீஸ் முன்வைத்த கருத்தை மேலும் வளர்த்தெடுத்து சமஸ்கிருதம் தென்னிந்திய மொழிகளை மெருகூட்டப் பயன்பட்டிருக்கலாம். ஆனால், இவற்றின் இருப்புக்குத் தேவையில்லாதது என்பதையும் பிற்காலத்தில் சமஸ்கிருதக் கலப்பு நிகழ்ந்திருந்தாலும், அது இவற்றின் வேர்ச்சொற்களோடு தொடர்புகொள்ளவில்லை என்பதையும் ஒப்பிலக்கணத்தின் அடிப்படையில் வலுவாக நிறுவியவர் பிஷப் கால்டுவெல். இந்திய ஆரிய மொழிக்குடும்பத்திலிருந்து எந்த அளவு திராவிட மொழிகள் விலகி நிற்கின்றன என்பதை வெளிப்படுத்திய கால்டுவெல் அதே அளவு சித்திய (Scythian) அல்லது துரானியன் (Turanian) மொழிக்குடும்பங்களோடு திராவிட மொழிகளுக்கு உள்ள உறவைச் சான்றுகளோடு விளக்குகிறார். இக்கருத்து இன்னும் விரிவாக ஆய்வு செய்யப்படாமல் நிற்கிறது.

எத்தனை முறை அடித்தாலும் சாக மறுக்கும் மண்ணுளிப்பாம்பு போல இந்த "சமஸ்கிருதத் தாய்"க் கற்பிதம் மீண்டும் மீண்டும் தலையைத் தூக்கி வருகிறது. 1856இல் வெளியிட்ட தன் நூலை மேலும் திருத்தமாக்கி அதன் இரண்டாம் பதிப்பை 1875இல் கால்டுவெல் வெளியிட்டார். அந்நூல் முதன்முறையாக 150 ஆண்டுகளுக்குப்பின் மொழியறிஞர் பா.ரா. சுப்பிரமணியன் அவர்களால் முழுமையாக மொழிபெயர்க்கப்பட்டுள்ளது. 1000 பக்கங்கள் கொண்ட அந்தக் கனத்த புத்தகத்தைக் கொண்டு அடித்தாலாவது அந்த மண்ணுளிப்பாம்பு சாகுமா என்பது தெரியவில்லை.

2

ஈரானியப் பெண்கள் வெல்லட்டும்

ஹிஜாப் பிரச்னையால் நாடே கொந்தளிப்பிலும் குழப்பத்திலும் சிக்கிக்கொண்டுள்ளது.நான் இந்தியாவைச் சொல்லவில்லை. ஈரான் நாட்டில் இப்போது நடைபெற்றுவரும் ஹிஜாப் எதிர்ப்புப் போராட்டங்கள் நாட்டின் அரசதிகாரத்தையே ஆட்டம் காணச் செய்து வருகின்றன.கடந்த செப்டம்பர் 13 ஆம் நாள் மாஷா அமினி என்கிற 22 வயதுப் பெண் தன் சகோதரனுடன் தன்னுடைய கிராமத்திலிருந்து கிளம்பி தலைநகர் டெஹ்ரானைச் சுற்றிப்பார்க்கச் சென்றுள்ளாள்.போன இடத்தில் அவள் தன் தலை மயிர்க்கற்றைகளை முழுமையாக ஹிஜாப்பினால் மூடாத 'குற்றத்து'க்காக "ஒழுக்கப் போலீசாரால்' கைது செய்யப்படுகிறாள்.போலீஸ் வேனில் ஏற்றி அவள் 'மார்க்கக்கல்வி' புகட்டப்படுவதற்காக அழைத்துச்செல்லப்படுகிறாள்.போலீஸ் வேனிலும் அவள் தாக்கப்படுகிறாள்.பின்னர் அவள் இறந்துவிட்டதாக சிறைத்துறை அறிவிக்கிறது.

இளம் பெண்ணின் மரணம் ஈரான் முழுக்கப் போராட்ட அலைகளைக் கிளர்த்திவிட்டது.சமூக வலைத்தளங்கள் போராட்டத்தின் பிரச்சார மேடைகளாக ஆகிவிட்டன.தங்கள் தலைமுடியைக் கத்தரிக்கும் காட்சிகளையும் தங்கள் ஹிஜாப்பை நெருப்பில் எரிக்கும் காட்சிகளையும் ஈராணியப் பெண்கள் சமூக வலைத்தளங்களில் புகைப்படங்களாகவும் வீடியோக் காட்சிகளாகவும் பதிவிட்டு எரியும் நெருப்புக்கு எண்ணெய் வார்த்து வருகின்றனர். ஈரானின் இஸ்லாமியக்குடியரசு ஆட்சி, போராடும் மக்கள் மீது வன்முறையைக் கட்டவிழ்த்து விட்டுள்ளது.வெளிநாட்டுச் சதி என்று கதை கட்டி வருகிறது.

ஒவ்வொரு நாளும் ஆயிரம் ஆயிரமாய் இளம்பெண்களும் ஆண்களும் ஹிஜாப் எதிர்ப்புப் போராட்டத்தில் இணைந்து வருகிறார்கள்.கேள்விக்கப்பாற்பட்ட வானளாவிய அதிகரம் படைத்த ஈரானியத்தலைவர் கமேனி இந்த வெளிநாட்டுச் சதியாளர்களை தெருக்களிலேயே சந்திக்குமாறு நாட்டு மக்களுக்கு வெளிப்படையாக அறைகூவல் விடுத்தார்.அதனால் அரசாங்க விசுவாசிகளுக்கும் போராட்டக்காரர்களுக்கும் பல இடங்களில் தெருச்சண்டைகளும் நடைபெற்று வருவதாகச் செய்திகள் வருகின்றன.

இது ஒரு புறம் இருக்க,மாஷா அமினியின் உடலை அடக்கம் செய்வதற்கு முன்பாக அவளுடைய இறுதிச்சடங்குகளை இஸ்லாமிய முறைப்படி செய்ய வந்த மௌல்வியை மாஷா அமினியின் தந்தையார் துரத்தி அடித்த செய்தி வைரலாகப் பரவியது.”உங்கள் இஸ்லாத்தைத் தூக்கிக்கொண்டு வெளியேறுங்கள் “ என்று அவர் துரத்தியிருக்கிறார்.தன் மகளைப்பறி கொடுத்த கோபத்தில் அவர் அப்படிச் சொன்னதாக மட்டும் எடுத்துக்கொள்ள முடியவில்லை என்கிறார்கள் அரசியல் நோக்கர்கள்.அராபியர் படையெடுப்பாலும் ஆக்கிரமிப்பாலும் ஆயிரம் ஆண்டுகளாக அடக்கப்பட்டிருந்த பெர்சிய இனத்தின் குரல்தான் அவர் மூலமாக வெடித்துக் கிளம்பியதாகக் கூறப்படுகிறது.இஸ்லாமிய ஆக்கிரமிப்புக்குப் பயந்து தங்களையும் இஸ்லாமியராக மதம் மாற்றிக்கொண்ட பெர்சியர்களின் பழைய வரலாறு மீண்டும் இப்போது பொது வெளியில் விவாதப்பொருளாயிருக்கிறது.

இந்திய -பாகிஸ்தான் பிரிவினையின்போது பாகிஸ்தானில் தங்கிவிட்ட இந்துக்கள் பலரும் தங்களை மதமாற்றம் செய்துகொண்டு இஸ்லாமியராக அங்கு வாழ்வதைப்பற்றி ஆய்வாளர் ஊர்வசி புட்டாலியா தன்னுடைய மௌனத்தின் மறுபக்கம் *(THE OTHER-SIDE OF SILENCE)*நூலில் விரிவாகப் பேசியிருக்கிறார்.தங்கள் பழைய(ஜரோஷ்ட்ரியனிசம்) மத அடையாளத்தைக் காப்பாற்றிக்கொள்ள பெர்சிய இன மக்களின் ஒரு பகுதியினர் இந்தியாவுக்குக் குடி பெயர்ந்தனர்.இங்கு வாழும் பார்சி இன மக்களில் ஒரு பகுதி இப்படி வந்தவர்கள்.

இந்தியாவில் ஹிஜாப் அணிந்து வந்தால் கல்வி கிடையாது என்று மறுக்கிறார்கள். பெண்கள் ஹிஜாப் அணிந்தே தீருவோம் என்று போராடுகிறார்கள்..ஹிஜாப் அணியாவிட்டால் பெற்றோர் அவர்களை வெளியே அனுப்புவார்களா என்பது இங்கு சந்தேகம்தான்.பூமிப்பந்தின் ஒரு பகுதியில் ஹிஜாப்பைத் தீ வைத்துக் கொளுத்தும் வேளையில் இன்னொரு பக்கம் அதை விரும்பி அணிவோம் எனப் போராட்டம்.

பூமியின் எந்தப்பகுதியிலும் நம் பெண் குழந்தைகளை அவர்கள் விருப்பப்படி வாழ அனுமதிக்கவில்லை என்பதுதான் துயரம்.இது இஸ்லாமியப்பெண்களுக்கு மட்டுமே நேர்வது அல்ல.வட இந்தியாவில் மணமான இந்து,சீக்கிய ,ஜைனப் பெண்கள் கூங்கட்(-*Goonghat)* எனப்படும் முக மறைப்போடுதான் வாழ்கிறார்கள். சேலைத்தலைப்பை முக்காடு போலப் போர்த்தி அதன் முனையை முழு முகத்தையும் மறைக்கும் வண்ணம் கீழே மூக்குவரை இழுத்து

விட்டுக்கொள்கிறார்கள்.அந்த ஓட்டை வழியாகத்தான் அவர்கள் வெளி உலகைப் பார்க்கிறார்கள்.சுவாமி அக்னிவேஷ் போன்ற ஜனநாயக சிந்தனை கொண்ட இந்துச் சன்னியாசிகள் இந்தக் கூங்கட் முறையை கண்டித்தார்கள்.கிறித்துவப் பெண்கள் திருமணத்தன்று தங்கள் முகத்தைத் திரையிட்டு மறைக்கும் நடைமுறை இப்போதும் உள்ளது.உயர்சாதிப் பெண்கள் விதவைகளாகும்போது மொட்டையடித்து முக்காடு போட்டுக்கொள்ளும் நடப்பு தமிழ்நாட்டிலும் உள்ளது.

கன்னியாகுமரி மாவட்டத்தில் ஒடுக்கப்பட்ட சாதிப்பெண்கள் மேலாடைஇல்லாமல் திறந்த மேனியாக இருக்க நிர்ப்பந்திக்கப்பட்டிருந்த காலம் இருந்தது.அதை எதிர்த்த போராட்ட வரலாற்றின் சின்னமாக "முலை அறுத்தான் பொட்டல்" இருக்கிறது. பல பெண்கள் கல்லூரிகளில் தமிழ்நாட்டிலும் துப்பட்டா இல்லாமல் கல்லூரிக்குள் வரப் பெண் குழந்தைகளுக்கு அனுமதி இல்லை.

உடம்பின் கால் பகுதியில் சிறிது தோல் தெரிந்தாலும் சவுக்கால் அடிக்கும் தாலிபான்கள் கதையைச் சொல்லத்தேவையில்லை.

பெண்கள் தங்கள் உடம்பில் எதையெல்லாம் மறைக்க வேண்டும் எதையெல்லாம் திறந்த மேனியாக வைத்திருக்க வேண்டும் என்பதை இந்த ஆணாதிக்க உலகமே ஒவ்வொரு காலத்திலும் முடிவு செய்கிறது.அதில் மத வேறுபாடு இல்லை. இந்தியாவுக்கும் ஈரானுக்கும் இப்போதைக்கு உள்ள சிறிய வேறுபாடு என்னவெனில் இங்கே கலாச்சாரப் போலீஸ்கரர்கள் தெருவில் அலைகிற போக்கிரிகளாக இருக்கிறார்கள். ஆட்சியாளர்கள் அவர்களின் அடாவடிகளைக் கண்டுகொள்ளாமல் இருப்பதன் மூலம் ஆதரவளிக்கிறார்கள்.ஆனால் ஈரானில் ஒழுக்கப் போலீசாக (MORALITY POLICE) அரசாங்கமே சட்டப்பூர்வமாக அலைய விட்டுள்ளது.எதிர்காலத்தில் இந்தியா அந்த இடத்துக்குச் சென்றுவிடாமல் தடுத்து நிறுத்துவது நம் கடமை.

பார்சிகள் ஓடி வந்ததைப்போல இரண்டாம் உலகப் போரின்போது நாஜிக்களின் கொடுமை தாளாமல் இந்தியாவுக்கு ஓடிவந்த யூத்ர்கள் பெங்களூருவில் வாழ்வது பற்றி கன்னட நாவலாசிரியர் நேமிசந்த்ரா தன்னுடைய "யாத்வஷேம்" நாவலில் உயிர் பதைக்க எழுதியிருக்கிறார்.வந்தாரையெல்லாம் ஏற்று மதிக்கிற ஒரு தேசமாக இந்தியா எப்போதும் இருந்து வந்துள்ளது.அந்தப் பாரம்பரியம் தொடர நாம் ஏதேனும் செய்தாக வேண்டும்.

3
சந்தையில் பெண்ணுடல்

(செய்தி-1)

பஞ்சாபின் மொகாலியில் சண்டிகர் பல்கலைக்கழகம் செயல்படுகிறது. இந்தத் தனியார் பல்கலைக்கழகத்தின் விடுதியில் தங்கிப் படிக்கும் 60 மாணவிகள் குளிக்கும் வீடியோ சமூக வலைதளங்களில் வெளியாகி அதிர்வலைகளை ஏற்படுத்தியது.

விடுதியில் மாணவிகள் குளிப்பதை எம்பிஏ மாணவி ஒருவரே வீடியோ எடுத்துத் தனது ஆண் நண்பருக்கு அனுப்பி உள்ளார். அவர் சமூக வலைதளங்களில் வீடியோவை வெளியிட்டதாகக் கூறப்படுகிறது. வீடியோ எடுத்த எம்பிஏ மாணவி, சிம்லாவை சேர்ந்த அவரது ஆண் நண்பர்கள் சன்னி மேத்தா(23), ரங்கஜ் வர்மா(30) ஆகியோர் கைது செய்யப்பட்டனர். போராட்டம் நடத்திவரும் பல்கலைக்கழக மாணவிகளுக்கு கனடாவிலிருந்து தொலைபேசி மிரட்டல்கள் வந்துள்ளன. அவர்கள் குளிக்கும் வீடியோக்கள் தங்களிடம் இருப்பதாகவும் அவற்றை வெளியிட்டு விடுவதாகவும் மாணவிகளின் தந்தையரைத் தங்களோடு பேசச்சொல்லுமாறும் மிரட்டி உள்ளனர்.

செய்தி(2)

பெங்களூருவில் தன் நிர்வாணப் புகைப்படத்தை இணையதளத்தில் வெளியிட்ட காதலனை நண்பர்களுடன் சேர்ந்து தீர்த்துக்கட்டிய இளம்பெண்ணை போலீசார் கைது செய்துள்ளனர். ஆன்லைன் டேட்டிங் ஆப் மூலமாக சென்னையை சேர்ந்த மருத்துவப் பட்டதாரி விகாஷ் என்பவருக்கும், பொறியியல் பட்டதாரி பிரதீபா என்பவருக்கும் இடையே காதல் மலர்ந்தது. பெங்களூருவில் வாடகைக்கு வீடு எடுத்து லிவிங் டூகெதர் உறவில் வாழ்ந்து வந்தனர். இவர்களின் திருமணத்திற்கு இருவீட்டாரும் சம்மதித்த நிலையில், அதற்கான ஏற்பாடுகள் தீவிரமாக நடந்து வந்தது. இந்நிலையில், போலி சமூக வலைதளப் பக்கத்தில் பிரதீபாவின் நிர்வாணப் புகைப்படங்கள்

வெளியானது தொடர்பாக, விகாஷூ-க்கும் பிரதீபாவுக்கும் இடையே மோதல் வெடித்தது. கடந்த 10ஆம் தேதி விகாஷை வீட்டுக்குள் அழைத்து, ஆண் நண்பர்களுடன் சேர்ந்து பிரதீபா கொடூரமாக தாக்கியுள்ளார். படுகாயமடைந்த விகாஷை, மாடியில் இருந்து தவறி விழுந்ததாகக் கூறி மருத்துவமனையில் அனுமதித்துள்ளார். மருத்துவமனையில் சிகிச்சை பலனின்றி கடந்த 18ஆம் தேதி விகாஷ் உயிரிழந்தார். இதுகுறித்து பேகூர் போலீசார் வழக்குப்பதிவு செய்து, காதலி பிரதீபா மற்றும் அவரது நண்பர்கள் சுஷில், கௌதம் ஆகியோரைக் கைது செய்தனர். தலைமறைவான சூர்யாவைப் போலீசார் தேடி வருகின்றனர்.

செய்தி (3)

இது பத்திரிகைச் செய்தி அல்ல. சமீபத்தில் முகநூலில் வைரலாகப் பரவிய ஒன்று. முகநூலில் பெண்மணி ஒருவர் தான் மேலாடை இன்றி அருவியில் குளிக்கும் புகைப்படங்களைப் பகிர்ந்துள்ளார். குறுக்கும் நெடுக்குமாக எதிர்ப்பதிவுகள் வந்த பின் அப்பெண் தோழர் கீழ்க்கண்டவாறு பதிவு இட்டுள்ளார்:

“அம்மணமாதான் புரட்சி பண்ணணுமா?

இங்கன நா புரட்சியும் பண்ணல. ஒன்னும் பண்ணல. ஆம்பளைங்க மட்டும் எப்டிடா சட்ட இல்லாம குளிக்கிறானுகனு கேள்வி மண்டைக்குள்ள வந்துச்சு. குளிச்சேன்.

குளி, அத ஏன் போஸ்ட் போட்ற?

என்னோட ஐடி. என்னோட போட்டோ. அத்தன ஆம்பளைங்க மேலாடை இல்லாம போட்டோ போட்டு நா பாத்துருக்கேன். அங்க இந்த கேள்விலாம் கேட்டீங்ளா என்ன?

இந்த நேரத்துல இதெல்லாம் தேவையா?

எந்த நேரத்துல? நேத்து அருவிக்குப் போனேன். குளிச்சேன். போட்டோ போட்டேன்.

ஆம்பளைங்க மாதிரி டிரெஸ் இல்லாம இருப்பீங்ளா? அப்ப நடுரோட்ல பப்ளிக்கா நடப்பீங்களா?

ஆண்களான உங்களாலகூடதான் ட்ரெஸ் இல்லாம இருக்க முடியாது. எங்க நிர்வாணமா பப்ளிக்கா நடங்க. மேலாடை இல்லாம இன்டர்வியூ போங்க. முடியாதுல? அப்டிதான் எனக்கும். எங்கங்க என்ன பண்ணணும்னு பகுத்தறியத் தெரியும்.

லைக்ஸ்க்காக இப்டியா?

லைக்ஸ் போட வேணாம்னு ஆம்பளைங்கள நிறுத்து.

See. கடைசி வர இத காஜியா, காமமா, கிளர்ச்சியாவே பாக்குறானுகளே ஒழிய இதே ஆம்பள சட்ட இல்லாம தான குளிக்கிறான், அவன மட்டும் ஒன்னுமே சொல்ல மாட்றோம்னு எதாவது கேள்வி வருதா பாரு. நீ நம்புனாலும் நம்பலைனாலும் இது பாலின சமத்துவம்தான். அன்பு"

★★★

இம்மூன்று செய்திகள்/நிகழ்வுகளுக்கும் பொதுவாக இருப்பது பெண்ணுடல் சார்ந்த நம் சமூகத்தின் புரிதல். முதல் மற்றும் இரண்டாம் செய்திகளை உற்று நோக்கினால் அதில் சர்வதேச அளவில் இயங்கும் போர்னோ தொழில் வலைப்பின்னல் நமக்குத் தெரியும். இன்று கோடி கோடியாகப் பணம் கொட்டும் தொழிலாக இத்துறை வளர்ந்து நிற்கிறது. பெண்ணுடலைப் பண்டமாக்கிச் செய்யப்படும் இவ்வியாபார வலைப்பின்னல் கால-தேச-கலாச்சார எல்லைகளையெல்லாம் தாண்டி வளர்ந்து நிற்கிறது. அந்தச் சந்தை பல்வேறு பண்பாடுகளில் வளர்ந்த மக்களை அப்பண்பாட்டு எல்லைகளைத் தாண்டி அவ்வச் சமூகங்கள் உருவாக்கி வைத்திருக்கும் அறங்களைத் தாண்டித் தன்னை நோக்கி ஈர்க்கிறது. தன்னையொத்த சக மாணவிகள் குளிப்பதைத் தன் ஆண் நண்பருக்கு அனுப்பும் உத்வேகத்தையும் தன் வாழ்க்கைத் துணையாக வர இருப்பவரைப் படம் எடுத்து வலைத்தளங்களில் உலவ விடும் வேட்கையை அந்த இளைஞனுக்கும் அந்தச் சந்தை வழங்கிவிடுகிறது. பொள்ளாச்சியில் இதன் கொடுவீச்சை நாம் கண்டோம்.

சில ஆண்டுகளுக்கு முன்னால் பள்ளிப்பாளையத்தில் வட்டிப்பணம் கொடுக்கச்சென்ற பெண்ணை பாலியல் வன்முறை செய்து அதைப்படம் எடுத்து வெளியிட்டதையும் அதைக் கண்டித்த அந்நகரத்தின் பொதுவுடமை இயக்கத் தோழர் வேலுச்சாமி படுகொலை செய்யப்பட்டதையும் கண்டோம். வட்டித்தொழிலும் போர்னோ தொழிலும் இணைகையில் அது மனிதப்படுகொலைகளையும் நிகழ்த்தும் என்பதைக் கண்டோம்.

"கற்பெனப்படுவது சொற்றிறம்பாமை" என்றார் அவ்வையார். வாக்கு மீறாதிருத்தல். நம்பிக்கையைச் சிதைக்காதிருத்தல் எனப் பொருள் கொள்ளலாம். இது தமிழருக்கு வலியுறுத்தப்பட்ட அறம்.

இந்த அறம் சர்வசாதாரணமாக மீறப்படுகிறது. நம் சமூகம் போற்றி வளர்த்த விழுமியங்கள் எல்லாம் இச்சந்தை உலகில் சிதைந்துகொண்டிருப்பதன் வெளிப்பாடாகவே முதல் இரண்டு நிகழ்வுகளையும் நாம் பார்க்க வேண்டும். பழைய சமூகத்தின் விழுமியங்கள் எல்லாம் ஆரோக்கியமானவை அல்லதான் சமத்துவமற்ற மதிப்பீடுகள் மாற்றப்பட வேண்டும்தான். ஆனால் இந்தச் சந்தை தீர்மானிக்கும் 'கட்டற்ற' லாபத்தை நோக்கிய விழுமியங்கள் இவை. நம் குழந்தைகளின் மனங்களில் அவை விதைக்கப்படுகின்றன என்கிற அபாயத்தைச் சுட்டுவனவாகவே முதல் இரு நிகழ்வுகளை வாசிக்க வேண்டும்.

மூன்றாவதான முகநூல் பதிவேற்றம், ஓர் அதிர்ச்சி வைத்தியம் போன்றதுதான். ஜெர்மனி போன்ற ஐரோப்பிய நாடுகளில் பல மில்லியன் மக்கள் பின்பற்றும் "இயற்கையியம்" இப்பெண்மணியால் ஒரு பாலின சமத்துவத்துக்கான போராட்ட வடிவமாக முன்வைக்கப்பட்டுள்ளது. 1932இல் ஐரோப்பியப் பயணம் சென்ற தந்தைப் பெரியார் அங்கு இயங்கிய சமூக நிர்வாண சபையினரோடு சந்திப்பு நிகழ்த்தியது வரலாறு. இயற்கையோடு இயற்கையாக ஆடைகள் என்கிற மூடாக்குகள் இன்றி வாழ ஆசைப்படுவோர் உலகெங்கும் இருக்கிறார்கள். அதற்கான நடைமுறைகளையும் வரையறைகளையும் அவர்கள் உருவாக்கியுள்ளனர்.

இந்தியா போன்ற "பெண்கள் வாழத்தகுதியற்ற" நாடுகளில் இதுபோன்ற முயற்சிகள் என்ன மாதிரி விளைவுகளை ஏற்படுத்தும் என்பதற்கு அப்புகைப்படங்களுக்கு வந்துள்ள பின்னூட்டங்களே சாட்சி.

பெண்ணுடல் சார்ந்து நம் மரபான கருத்துக்கள் ஆட்டம் கண்டுவிட்டதாக இப்போதே கூற முடியாவிட்டாலும் ஆரோக்கியமான விவாதங்களுக்குள் நம் சமூகம் காலெடுத்து வைத்தே ஆக வேண்டிய நெருக்கடி சமீபித்திருக்கிறது என்பதை உணர முடிகிறது.

4
பசியை வெல்லும் போர்

சமீபத்தில் வெளியான உலக அளவிலான பட்டினிக் குறியீட்டில் இந்தியாவின் நிலை "அபாய"க்கட்டத்தில் உள்ளதாகக் குறிப்பிடப்பட்டுள்ளது. 121 நாடுகளின் பட்டியலில் இந்தியா 107 ஆவது இடத்தில் உள்ளது. இந்த அறிக்கையைக் கண்டு ஒன்றிய அரசு கவலைப்பட்டு, உணவுப்பாதுகாப்புக்கான ஏற்பாடுகளைத் துரிதமாகச் செய்யத் துவங்கவில்லை. மாறாக இந்த அறிக்கையின் நம்பகத்தன்மையைக் கேள்விக்குள்ளாக்கி அறிக்கை வெளியிட்டுள்ளது. மோடிஜி பதவியேற்ற பிறகு 2014க்குப் பிறகான இந்த எட்டரை ஆண்டுகளில் பட்டினி கிடக்கும் (மற்றும் ஊட்டச்சத்துக் குறைபாடுள்ள) இந்தியர்களின் எண்ணிக்கை தொடர்ந்து உயர்ந்து வருகிறது. பணவீக்கத்தால் ரூபாயின் மதிப்புக் குறைகிறது. 2014இல் ஒரு டாலரின் மதிப்பு ரூ.62 ஆக இருந்தது. இப்போது ரூ.82. உணவுக் கையிருப்பு குறைந்து வருகிறது. விலைவாசியோ ஏற்றத்தில் பாய்கிறது. இவை எல்லாவற்றுக்கும் பட்டினிக்கும் தொடர்பிருக்கிறதல்லவா?

கொரோனா காலத்தில் ஏற்பட்ட வாழ்க்கைத்தர வீழ்ச்சியிலிருந்து மீள மக்கள் தாங்களேதான் போராடி வருகிறார்கள். வரலாற்றில் எப்போதுமே இயற்கைக் காரணங்களால் ஏற்பட்ட பஞ்சம், பட்டினியைவிட ஆட்சியாளர்களின் தவறான பொருளாதாரக் கொள்கைகளால் ஏற்பட்ட பஞ்சங்கள்தாம் அதிகம். ஆங்கிலேயரின் காலனி ஆட்சிக்காலத்தில் அடுத்தடுத்துப் பஞ்சங்கள் ஏற்பட்டன. வேளாண்மையின் அடிப்படையான நீர்ப்பாசனத்தைப் புறக்கணித்த காலனிய அரசு லங்காஷேரின் ஆலைகளுக்காகப் பருத்தியும் அவுரியும் பயிரிட இந்திய விவசாயிகளுக்கு நிர்ப்பந்தம் கொண்டு வந்தது. அதன் காரணமாக உணவு தானியங்கள் பயிரிடும் நிலப்பரப்பு குறைந்தது. அத்துடன் உணவு தானியங்களை ஏற்றுமதியும் செய்தது. அதன் காரணமாகப் பஞ்சங்கள் தொடர்கதையாகின. கிழக்கிந்தியக் கம்பெனியின் ஆட்சியின்கீழ் சென்னை மாகாணத்தில் மட்டும் 1783, 1792, 1807, 1823, 1833, 1854

ஆகிய ஆறு ஆண்டுகளில் ஆறு கொடிய பஞ்சங்கள் அடுத்தடுத்து மக்களைத் தாக்கின.

1858இல் விக்டோரியா மகாராணியின் நேரடி ஆட்சியின்கீழ் வந்த பிறகும் 1866-67ஆம் ஆண்டுகளில் ஏழாவது பஞ்சம் தாக்கியது. இந்தப் பஞ்சங்கள் எல்லாவற்றையும்விடக் கொடியதாக "தாது வருடத்துப் பஞ்சம்" வந்து சேர்ந்தது. "நிலவரி உயர்த்தப்பட்டிருந்ததால் சேமிப்பு என்பது தானிய வடிவிலோ, பண வடிவிலோ இல்லாதிருந்தது. இதனால் ஒரு தடவை விளைச்சல் பொய்த்துப் போனாலும் அதை எதிர்கொள்ளும் ஆற்றல் பெரும்பாலான மக்களுக்கு இல்லாதிருந்தது" என்று 'தாது வருடப்பஞ்சம்' என்கிற கட்டுரையில் பேராசிரியர் ஆ. சிவசுப்பிரமணியன் குறிப்பிடுகிறார். காலனிய அரசு பட்டினி கிடந்த மக்களுக்குக் கஞ்சித்தொட்டிகளைத் திறந்தது. கிறித்துவ மிஷனரிகளும் திருவாடுதுறை ஆதீனமும் பஞ்ச நிவாரண நடவடிக்கைகளில் ஈடுபட்டனர். 40 லட்சம் மக்களைப் பலி கொண்ட தாது வருடத்துப் பஞ்சம் நூற்றாண்டு தாண்டியும் ஒரு கொடுங்கனவாக நம் மக்களின் நினைவுகளிலும் நாட்டுப்புறப்பாடல்களிலும் தொடர்கிறது.

பஞ்ச காலத்தில் உயர்சாதியினருக்கு சாதி அமைப்புகள் கட்டிய தர்மச் சத்திரங்களும் ஒடுக்கப்பட்ட பிற சாதி மக்களுக்கு காலனி அரசின் கஞ்சித்தொட்டியும் எனப் பஞ்ச காலத்திலும் சாதி பல்லைக் காட்டிய 'சிறப்புடையது' நம் வரலாறு.

பட்டினியும் பசியும் நம் மக்களைக் காலம்தோறும் துரத்திக்கொண்டே இருக்கிறது. சிறுபசி, உறுபசி, அழிபசி, அடங்காப்பசி, ஆற்றாப்பசி, கொல்பசி, கொலைப்பசி எனப் பசியைப் பாடிய இலக்கியமாக சங்க இலக்கியத்தைச் சித்தரிப்பார் ஆர். பாலகிருஷ்ணன் (சங்கச்சுரங்கம்-முதலாம் பத்து). பசிப்பிணி மருத்துவர்கள் வாழ்ந்து மக்களின் பசி போக்கிய காலம் சங்க காலம். பசியை அனுபவித்த ஒரு சமூகத்தின் கூட்டு உளவியலின் வெளிப்பாடே சங்கம் என்று ஆர்.பாலகிருஷ்ணன் முன் வைக்கிறார்.

சங்க காலம் தாண்டி காப்பிய காலத்திலும் நீடித்த பசிப்பிணியைப் போக்க மணிமேகலை வருகிறாள். மணிபல்லவத்தீவில் தீவதிலகையின் வழிகாட்டுதலில் அமுதசுரபியைப் பெற்று வந்த மணிமேகலை புகார் வந்து மக்களின் பசி போக்குகிறாள். பின் வந்த காலத்தில் வடலூரில் என்றும் அணையா அடுப்பினை மூட்டி உணவளித்தார் 'வாடிய பயிரைக் கண்டபோதெல்லாம்

வாடிய' வள்ளலார். 'சேரமான் பெருஞ்சோற்று உதியஞ்சேரலாதன்' என்றும் 'சோழ நாடு சோறுடைத்து' என்றும் சோற்றால் அடைமொழி தரும் நிலப்பரப்பாகத் தமிழ்நிலம் இருந்துள்ளதும் இங்கு நினைவுகூரத்தக்கது.

1943இல் வங்கத்தில் ஆங்கில ஆட்சியாளர்களின் இரக்கமற்ற கொள்கைகளால் ஏற்பட்ட கொடிய பஞ்சம் லட்சக்கணக்கான மக்களைப் பட்டினியால் கொன்றழித்தது. இந்தியா சுதந்திரம் பெற்ற பிறகும் பட்டினி நம்மைத் துரத்துவது நிற்கவே இல்லை. பசியைப் பிணி என அடையாளப்படுத்திய தமிழ்ச் சமூகம் பட்டினிக்கெதிராகத் தொடர்ந்து போராடி வருகிறது.

தமிழ்நாட்டில் 1956ஆம் ஆண்டு பெருந்தலைவர் காமராசர் ஆட்சிக்காலத்தில் பள்ளிக்குழந்தைகளுக்கான மதிய உணவுத் திட்டம் கொண்டுவரப்பட்டது. 'ஊர் ஊராக வந்து மதிய உணவுத் திட்டத்துக்குப் பிச்சையெடுக்கச் சித்தமாக இருக்கிறேன்' என்று அப்போது காமராசர் பேசினார். மத்திய அரசு அதிகாரிகளின் ஆட்சேபணைகளைப் புறந்தள்ளி அத்திட்டத்தைப் பெருந்தலைவர் காமராசர் கொண்டு வந்தார். அதுவே பின்னர் 'புரட்சித்தலைவர்' எம்.ஜி.ஆர். ஆட்சியில் சத்துணவுத் திட்டமாக மாறியது கலைஞரின் ஆட்சியில் முட்டையுடன் கூடிய சத்துணவாக மாறி இன்று நம் முதல்வர் மு.க.ஸ்டாலின் காலத்தில் காலை உணவும் வழங்கப்படுவதாகப் பரிணாம வளர்ச்சி பெற்றுள்ளது.

"இரந்தும் உயிர்வாழ்தல் வேண்டின் பரந்து கெடுக இவ்வுலகியற்றியான்" என்பது வள்ளுவன் வாக்கு. "வயிற்றுக்குச் சோறிடல் வேண்டும்; இங்கு வாழும் மனிதருக்கெல்லாம்" என்பது பாரதியின் குரல், அதையும் தாண்டி 'தனியொரு வனுக்குணவில்லையெனில் இச்செகத்தினை அழித்திடுவோம் என்று கொந்தளித்தவன் பாரதி.

உலகப் பட்டினிக் குறியீட்டுக் கணக்குவழக்கில் உள்ள பிழைகளைக் கவனிப்பதைவிடவும் முக்கியமானது உணவுப் பாதுகாப்பைக் கவனிப்பதும், விலைவாசியைக் கட்டுப்படுத்துவதும், வேலை வாய்ப்புகளைப் பெருக்குவதும் என்பதை ஆட்சியாளர்களுக்கு எடுத்துரைக்க வேண்டும். "ஓர் அனாதையின் வயிற்றில் ஒரு கவளம் சோற்றை இட முடியாத கடவுளிடத்திலோ, சமயத்திலோ எனக்குக் கொஞ்சம்கூட நம்பிக்கை கிடையாது" என்று சொன்ன இந்துத் துறவியான சுவாமி விவேகானந்தரின் குரல் இப்போது அசரீரிபோல ஒலிக்கிறது.

5
தமிழ்நாட்டில் நடக்கும் 'ஞானபூசை'

தமிழ்நாட்டு அரசின் ஒரு முக்கியமான முன்னெடுப்பாக "மாவட்டம் தோறும் புத்தகக் கண்காட்சிகள்" நடந்து வருகின்றன. பல்லாயிரக்கணக்கான பொதுமக்களும் மாணவ-மாணவியரும் பங்கேற்கும் மாபெரும் கலாச்சாரத் திருவிழாவாக இது நிகழ்ந்து வருகிறது. அறிவைப் பரவலாக்கும் பணியை யார் செய்தாலும் வரவேற்க வேண்டும். மக்களால் தேர்ந்தெடுக்கப்பட்ட ஓர் அரசு செய்யும்போது அது இன்னும் சக்திமிக்க முறையில் சென்று சேரும். நூலக இயக்கத்தின் தொடர்ச்சியாகவும் இதைப் பார்க்க வேண்டும். இக்கண்காட்சிகளுக்குள் சென்று மீளும்போதெல்லாம் நூலக இயக்கத்தின் தந்தை எஸ்.ஆர்.ரங்கநாதனின் நினைவும் மாட்டுவண்டியில் புத்தகங்களைச் சுமந்து சென்று கிராமம் கிராமமாகப் புத்தகங்களை விதைத்த அய்யங்கி வெங்கட்ரமணய்யாவின் நினைவும் வந்து தாக்குகின்றன.

சென்னைப் பல்கலைக்கழகத்தின் நூலகராகப் பணியாற்றிய காலத்தில் (1924) எஸ்.ஆர்.ரங்கநாதன் நூலகக்கல்வி பெறுவதற்காக இங்கிலாந்து சென்றார். அங்கு பல கிளை நூலகங்களுக்கும் சென்று பணியாற்றிக் கற்ற அனுபவத்தின் அடிப்படையிலேயே தமிழ்நாட்டிலும் பொது நூலகத்துறையை உருவாக்கச் சட்ட முன்வரைவைத் தயாரித்தார். தனிநபர் வீடுகளிலும் கோயில் சார்ந்த மடங்களிலும் கட்டுண்டு இருட்டில் கிடந்த நூல்கள் பொது நூலகங்களுக்கு வந்து வெளிச்சம் பெற ரங்கநாதனே காரணம். கணிணிப் பயன்பாடு நூலகத்தில் வரும்வரை ரங்கநாதன் உருவாக்கிய கோலன் பகுப்பு முறையே உலகெங்கும் நூலகங்களில் நூல்களைப் பகுத்து வைக்கப் பின்பற்றப்பட்டது.

நூலக இயக்கத்துக்கென அவர் உருவாக்கிய ஐந்து விதிகள் வரும் காலத்துக்கும் பொருத்தமானவை.

1. நூல்கள் பயன்பாட்டுக்கானவை
2. ஒவ்வொரு வாசகருக்கும் அவரது நூல்
3. ஒவ்வொரு நூலுக்கும் அதன் வாசகர்

4. வாசகருடைய நேரத்தைச் சேமிக்கவேண்டும்
5. நூலகம் ஒரு வளரும் உயிரினம்

நூலகம் என்பதைப் புத்தகங்களைச் சேமிக்கும் கிட்டங்கியாகவும் பாதுகாக்கும் இடமாகவும் மட்டுமே பார்த்த நிலையில் ஓர் உடைப்பை ஏற்படுத்தியது முதல் விதி. வாசிக்கப்படாத புத்தகம் ஓர் உயிரற்ற சடம்தான். வாசகனின் கண்ணும் மனமும் அதன் மீது படும் வேளையில்தான் புத்தகம் உயிர் பெற்று எழுகிறது. சைவத்திருமறைகள் வடமொழியில் இல்லாததால் அவற்றைச் சிதம்பரம் கோயிலில் பூட்டி வைத்திருந்ததும், இராஜராஜசோழன், தீட்சிதர்களின் மறுப்பை மீறிப் பூட்டை உடைத்துக் கரையான் புற்றுக்குள்ளிருந்து தேவாரம், திருவாசகம், திருமந்திரம் போன்ற நூல்களை விடுதலை செய்து பொது வாசிப்புக்குத் தந்த கதையும் உலகம் அறிந்தது.

நம் ஊஞ்சலை இன்னும் கொஞ்சம் இழுத்துவிட்டால் அது சமணர்கள் நடத்திய பள்ளிகளில் போய் நிற்கிறது. முந்நூறு ஆண்டுகாலம் தமிழ் நிலப்பரப்பில் அறிவு இயக்கத்தை நடத்திய சமணம் ஆண்டுதோறும் "ஞானபூசை" என்ற ஒன்றை நடத்தி ஏட்டுச்சுவடிகளை வெளியில் எடுத்து, ஒருவர் வாசிக்கப் பலர் அதை மீண்டும் சுவடிகளில் எழுதிப் பிரதி எடுத்து நூல்கள் அழிந்திடாமல் காத்தார்கள். கல்விக்கென்று 'வாக் தேவி' என்கிற தெய்வத்தையும் சமணம் பிற்காலத்தில் உருவாக்கியது. வைதிகத்தின் சரஸ்வதி தேவிக்கு முந்தையது வாக் தேவி. ஞானபூசைக்கு மாற்றாக வைதிகம் உருவாக்கியதே சரஸ்வதி பூஜை என்பார் தமிழறிஞர் தொ. பரமசிவன் (பண்பாட்டு அசைவுகள் நூலில்). ஞானபூசையன்று நூல்கள் பொதுவெளிக்கு வந்தன. சரஸ்வதி பூசையில் வெளியிலிருக்கும் நூல்கள் சாமிக்குமுன் அடுக்கப்பட்டு யாரும் தொடக்கூடது என்று பூசைப்பொருளாக முடக்கப்படுகிறது.

ஞானதானம் செய்வதற்காகப் பிள்ளைகளை சமணத்துறவிகள் தாங்கள் உறைவிடமாகக்கொண்டிருந்த மலைகளுக்கு அழைத்துச் சென்றனர். துறவிகள் பள்ளி கொண்ட கற்படுகையில் குழந்தைகளை அமரவைத்தே பாடம் நடத்தினர். அங்கிருந்து வந்த சொல்தான் கல்விக்கூடத்துக்கான "பள்ளிக்கூடம்" என்னும் சொல்.

கல்லூரி என்பது இன்று உயர்கல்வி நிலையத்தைக் குறிக்கிறது. கல்லூரி நற்கொட்டிலா(995) என்ற சீவக சிந்தாமணித் தொடரிலிருந்து இந்தச் சொல் பெறப்பட்டது. சிந்தாமணி சமண நூலாகும்.

தென் தமிழ்நாட்டில் ஐம்பதிற்கும் மேற்பட்ட சமணப் பள்ளிகள் இருந்தன. இங்கே ஆண் துறவிகளைப்போலவே பெண் துறவிகளும் ஆசிரியராக இருந்துள்ளனர். 'கனகவீரக் குரத்தியர்', 'பட்டினிக் குரத்தியடிகள்'; எனக் கல்வெட்டுக்கள் குரத்தி (குரவன் என்பதன் பெண்பாற் சொல்) எனும் பெயரோடு இவர்களைக் குறிக்கின்றன.

"மாணாக்கன்', மாணாக்கி; ஆகிய சொற்களும் சமணக் கல்வெட்டுக்களில்தாம் பெரும்பாலும் காணப்படுகின்றன. பெண் துறவிகளிடத்தில் மாணாக்கர்களும் பயின்ற செய்தியைக் கழுகுமலைக் கல்வெட்டுக்களால் அறிகிறோம். எனவே தமிழ்நாட்டின் கல்வி வளர்ச்சிக்கும் குறிப்பாகப் பெண் கல்வி வளர்ச்சிக்கும் சமணம் தொண்டாற்றிய செய்தியை உணரலாம்.

சமணத்தினளவு பிற மதங்கள் கல்வியைப் பெருமைப்படுத்த வில்லை. கல்வி கற்பதற்குப் பிறப்பினை (சாதியை) ஓர் அளவு கோலாகச் சமணம் கொண்டதில்லை. எனவே அனைவர்க்குமான கல்வி என்ற கோட்பாடு சமணத்திலிருந்து பிறந்ததாகவே கொள்ள வேண்டும்" (பண்பாட்டு அசைவுகள்-தொ. பரமசிவன்). ஆடைகளைத் துறந்து திசைகளையே ஆடைகளாகக் கொண்டமை, புலால் உண்ணாமை, காமம், காதல், களிப்பு போன்றவற்றைத் துறத்தல் எனப் பல காரணங்களாலும் வைதிக சமயங்களின் தாக்குதல்களாலும் சமணம் அழிந்திருந்தாலும், 'அறிவுப்பரவல்' என்கிற முற்போக்கான அம்சத்தை அதிலிருந்து நாம் எடுத்துக்கொள்வது அவசியம்.

ஒவ்வொரு புத்தகக் கண்காட்சியும் ஒரு 'ஞானபூசை'தான். மாநில அரசு ஒதுக்கீடு செய்யும் தொகை சிறியதுதான். மாவட்ட ஆட்சியர் முன்முயற்சி எடுத்து நன்கொடையாளர்கள் மூலமே இப்புத்தகத் திருவிழாக்கள் நடத்தப்படுகின்றன. பிரமாண்டமான விழாக்களோடு கூடவே குறைந்த பொருட்செலவில் இன்னும் தாலுகா மற்றும் கிராம அளவில் புத்தகத் திருவிழாக்கள் நடத்த அரசு திட்டமிட வேண்டும்.

சகல பிற்போக்கான மூடப் பூசைகளையும் தகர்த்தெறியும் வல்லமை இந்தப் புத்தகத் திருவிழாக்கள் என்னும் ஞானபூசைகளுக்கு உண்டு என்பதை அரசும் மக்களும் ஆழ்ந்து உணர வேண்டும்.

6
அவமானமே பாராட்டு

"உண்மையான சமூக மாற்றத்துக்காகப் போராடுகிற ஒருவரின் அடையாளம் என்ன? அவர் வாழும் காலத்திலேயே அவர் ஏசப்பட வேண்டும். அவமதிக்கப்பட வேண்டும். எதிர்க்கப்பட வேண்டும் மற்றும் சபிக்கப்பட வேண்டும்" இந்திய வரலாற்றில் இது எல்லாமே அண்ணல் அம்பேத்கருக்கு நிகழ்ந்தது. அவர் மறைந்த பிறகும் அவருக்கான அவமரியாதையை இடையறாது நிகழ்த்திக்கொண்டிருக்கிறது இந்திய சமூகம். இந்த 2022 டிசம்பர் 6 அன்று அவரது 65ஆவது நினைவு தினத்திலும் அவர் அவமரியாதை செய்யப்பட்டார். அவர் மறைந்த பிறகும் இது நடக்கக் காரணம் இந்த சமூகம் அவர் வாழ்ந்த காலத்தில் போலவேதான் எந்த மாற்றமுமின்றி சாதிய சமூகமாகவே இப்போதும் இருக்கிறது என்பதால்தான்.

அவருக்குக் காவி உடை அணிவித்து நெற்றியில் திருநீறும் பொட்டும் வைத்துக் கும்பகோணம் பகுதி முழுக்கப் போஸ்டர் அடித்து ஒட்டியிருக்கிறார்கள். அவருக்குச் செருப்பு மாலை போடுவதுதான் நம் சமூகத்தின் வழக்கம். செருப்பு மாலை போடுவதும் காவி உடை தரித்துப் பட்டையடிக்க வைத்துப் போஸ்டர் போடுவதும் ஒரே தரமான செயல்கள்தாம்-அவரைப் பொறுத்தவரை "பிறக்கும்போது இந்துவாகப் பிறந்துவிட்டேன். நிச்சயமாகச் சாகும்போது நான் இந்துவாகச் சாக மாட்டேன்" என்று 1935 இல் பிரகடனம் செய்த அவர், பத்து லட்சம் தாழ்த்தப்பட்ட மக்களுடன், அவர் இறப்புக்கு இருமாதங்களுக்குமுன் 1956 அக்டோபர் 14 அன்று, புத்தமதத்தைத் தழுவினார். அவருக்குப்போய் நெற்றியில் விபூதிப்பட்டை அணிவிப்பது வரலாற்று அறிவற்ற செயலாகத்தான் இருக்க முடியும். சங் பரிவாரங்களின் பட்டியலில் கடைக்குட்டியாகச் சேர்ந்த ஒரு சுண்டான் குறுங்குழுவினர்தான் ஆண்டுதோறும் அவருடைய சிலைக்கோ படத்துக்கோ இப்படி ஏதாவது செய்து அவரைக் 'காவித்தலைவன்' ஆக்கும் ஆசையை வெளிப்படுத்தி வருகிறார்கள்.

இதன் மூலம் மதவாத அரசியல் தலைமைக்கு தங்கள் இருப்பைக் காட்ட முயற்சிக்கிறார்கள் எனலாம்.

வரலாற்றிலிருந்து இன்னும் சிலவற்றை இங்கே நினைவுபடுத்த வேண்டும் என்று தோன்றுகிறது. 1923 மே மாதத்தில் பம்பாயில் நடைபெற்ற அகில இந்தியக் காங்கிரஸ் கமிட்டிக் கூட்டத்தில் தீண்டாமை குறித்து ஒரு தீர்மானம் நிறைவேற்றப்பட்டது.

"தீண்டப்படாதவர்களின் பிரச்னை குறிப்பாக இந்து சமுதாயம் சம்பந்தப்பட்டதாக இருப்பதால் இந்து சமுதாயத்தினரிடையே இருந்து இத்தீமையை அகற்றும் கடும் முயற்சிகளை மேற்கொள்ளவும் இந்த விஷயத்தைத் தன் பொறுப்பில் ஏற்றுக்கொள்ளவும் அகில இந்திய இந்து மகாசபையை அது கேட்டுக்கொள்கிறது என்று தீர்மானிக்கப்பட்டது".

இந்தத் தீர்மானத்தைப் பற்றி அம்பேத்கர் தன்னுடைய கடுமையான விமர்சனத்தை அன்று முன்வைத்துள்ளார்: "இப்பிரச்னையை இந்து மகாசபையிடம் ஒப்படைத்ததன் மூலம் அது வெந்த புண்ணில் வேலைப் பாய்ச்சியிருக்க வேண்டியதில்லை. தீண்டப்படாதவர்களின் மேம்பாடு குறித்த பணியை மேற்கொள்வதற்கு இந்து மகாசபையைவிட சற்றும் பொருத்தமற்ற ஓர் அமைப்பு வேறெதுவும் இருக்க முடியாது. தீண்டப்படாதவர்களின் பிரச்னையைச் சிரமேற்கொண்டு தீர்க்க, சற்றும் தகுதியற்ற அமைப்பு இருக்கிறதென்றால் அது இந்து மகாசபைதான். அது ஒரு தீவிரவாத இந்து அமைப்பாகும். மத ரீதியாகவும் கலாச்சார ரீதியாகவும் இந்து மதத்தின் எல்லா அம்சங்களையும் எல்லா வழிகளிலும் பேணிக்காப்பதே அதன் நோக்கமும் குறிக்கோளுமாகும். அது சமூக சீர்திருத்த சங்கமல்ல, அது ஓர் அப்பழுக்கற்ற அரசியல் அமைப்பு. அதன் பிரதான குறிக்கோளும் நோக்கமும் இந்திய அரசியலில் முஸ்லிம்களின் செல்வாக்கை எதிர்த்துப் போராடுவதே ஆகும். தனது அரசியல் வலிமையைப் பேணிக்காப்பதற்காக அது தனது சமூக ஒருமைப்பாட்டைப் பராமரிக்க விரும்புகிறது. சமூக ஒருமைப்பாட்டைப் பராமரிக்கும் அதன் வழிமுறை ஜாதி அல்லது தீண்டாமையைப் பற்றிப் பேசாதிருப்பதே ஆகும். தீண்டப்படாதவர்களின் பணியை மேற்கொள்வதற்காக இத்தகைய ஓர் அமைப்பைக் காங்கிரஸ் எவ்வாறு தேர்வு செய்தது என்பது எனது புலன்களுக்கு எட்டாத ஒன்றாக இருக்கிறது" (காந்தியும் காங்கிரசும் தீண்டாதோருக்குச் செய்தது என்ன? என்கிற அம்பேத்கரின் நூலிலிருந்து)

இந்து மதத்தையும் அம்பேத்கர் நிராகரித்தார். சங் பரிவாரங்களின் முன்னோடி அமைப்பான இந்துமகாசபையையும் அவர் நிர்த்தாட்சண்யமாக நிராகரித்தார். 1925இல் ஆர்.எஸ்.எஸ். துவக்கப்படுவதற்கு முன்னால் 'இந்துத்வ அரசியலை' முன்னெடுத்த அமைப்பு இந்த இந்துமகாசபை என்பது வரலாறு. இந்த வரலாற்றை மறைத்து என்னதான் கொழுவிக் கொழுவி அவரைப் புகழ்ந்துரைத்தாலும் மணிமண்டபங்களைத் திறந்தாலும் அம்பேத்கர் இவர்களின் பிடிகளுக்குள் ஒருபோதும் சிக்க மாட்டார்.

வாழ்ந்த காலம் முழுவதும் அவமானங்களையும் புறக்கணிப்புகளையும் மட்டுமே தின்று செறித்து வாழ்ந்தவர் அம்பேத்கர். '*Waiting For a Visa*' என்கிற அவரது தன் வரலாற்றுச் சிறு நூலில் அவர் சந்தித்த அவமானங்களைப் பட்டியிலிட்டிருப்பார். இந்துக்கள்தாம் தீண்டாமை பாராட்டுவார்கள். பார்ஸிகள் அப்படி அல்ல என நம்பி பரோடாவில் ஒரு பார்சிகளின் சத்திரத்தில் தங்கியிருப்பார். அதைக் கேள்விப்பட்ட பார்சிகள் சிலர் கைகளில் தடிகளுடன் வந்து அன்றே சத்திரத்தைக் காலி செய்ய நெருக்கடி கொடுக்கின்றனர். "உன்னால் எங்கள் சத்திரமே தீட்டாகிவிட்டது" எனக் கூச்சலிடுகின்றனர். பகல் முழுக்க ஒரு பூங்காவில் இருந்துவிட்டு அன்றிரவே பம்பாய்க்கு ரயில் ஏறுகிறார் அம்பேத்கர். "அந்த நிகழ்வைப்பற்றி எப்போது நினைத்தாலும் என் கன்னங்களில் கண்ணீர் உருண்டோடுவதை என்னால் தடுக்க முடியவில்லை" என்று தனது நினைவலைகளில் எழுதுகிறார் அம்பேத்கர். அமெரிக்காவிலும் லண்டனிலும் படித்த பாரிஸ்டரான அவர் குடிநீருக்காகவும் குடியிருப்புக்காகவும் பட்ட அவமானங்கள் கொஞ்சமா? அம்பேத்கருக்கு நிகழ்ந்த அவமானம் இன்றைக்கும் நம் ஊர்களில் ஒவ்வொரு தாழ்த்தப்பட்ட சகோதரருக்கும் நிகழ்ந்துகொண்டேதான் இருக்கிறது. நாம் ஒரு நாகரிகமான சமூகமாக மாறுவதுதான் எப்போது?

"யாரோ நாலு காலிப்பசங்க" பண்ணினதைப் பெரிசுபடுத்தி நாம் பேசவில்லை. நாம் சாதிய சமூகமாக நீடிக்கும் வரை அம்பேத்கருக்கு இந்த அவமானம் தொடர்ந்துகொண்டுதான் இருக்கும். அதையெல்லாம் தாண்டி அவரும் நிற்பார் வரலாற்றில் கம்பீரமாக.

7

பன்முகப் பரிமாணம் கொண்ட அறிஞர் தொ. பரமசிவன்

பண்பாட்டு ஆய்வாளர் என்று ஓர் அடையாளத்தை மட்டும் பேராசிரியர் தொ. பரமசிவனுக்கு வழங்கி நிறைவடைய முடியாது. அவர் மறைந்து இரண்டு ஆண்டுகள் நிறைவுறும் இச்சமயத்தில் அவரது தேவையை நாம் நாளும் உணர்ந்தபடி இருக்கிறோம். பெரியாரையும் பெரியாழ்வாரையும் பற்றி ஒரே சமயத்தில் ஆழமாகப் பேசக்கூடிய ஓர் அறிஞர் அவர். அவர் தன்னைப் பெரியாரியல்வாதி என்றே அடையாளப்படுத்தி வந்தார். ஆனால் அவரது ஆய்வு முறை மார்க்சியத்தின் அடிப்படையில் அமைந்தது. பொருளியல் அடிப்படைகளின் மீதுதான் பண்பாட்டு அசைவுகள் கட்டப்படுகின்றன என்பது அவர் நிலைப்பாடு. ஒரு பெரியாரிஸ்ட்டாக இருந்துகொண்டு தெய்வங்களைப்பற்றியே பேசிக்கொண்டிருக்கிறீர்களே என்ற கேள்விக்கு அவர் இப்படிப் பதில் அளித்தார்:

“பெரியார், சமூக அதிகாரத்தையும் ஆன்மிக அதிகாரத்தையும் தக்கவைத்துக்கொள்ள பார்ப்பனர்கள் உருவாக்கி வைத்திருந்த பெருந்தெய்வங்களையே குறிவைத்துத் தாக்கினார். அதிகார வலிமையில்லாத நாட்டார் தெய்வங்களைப்பற்றியோ கோயில்களைப்பற்றியோ அவர் கவலைப்படவில்லை. அதிகாரத்தை எதிர்த்து அடிமைத்தளையை அறுத்தெறியத்தான் அவர் போராடினார்.

என்னுடைய எழுத்துக்களிலும் அதிகாரத்தை அடையாளம் காட்டுவதே நோக்கமாக இருந்தது. குறிப்பாக சமண, பௌத்தர்களிடமிருந்து வைதிகத்தால் திருடப்பட்ட பெருங்கோயில்கள் பற்றித்தான் எழுதியிருக்கிறேன். அண்மையில்கூட தென்மாவட்டங்களில் புகழ்பெற்ற சங்கரன்கோவில் சமணர்களிடமிருந்து பறிக்கப்பட்ட ‘பார்கவநாதர்’ கோயில் என்று கட்டுரை எழுதியுள்ளேன். நாட்டார் தெய்வங்களைப் பொறுத்தமட்டில் அவற்றின் தோற்றக்காரணங்களையும் வழிபாடுகளையும் மக்கள் திரளின் நம்பிக்கைகள் சார்ந்து எழுதியுள்ளேன். அவை மறைமுகமான நாத்திகம்தான்”

ஆவணங்களையும், கல்வெட்டுக்களையும், எழுதப்பட்ட வரலாற்றுக்குறிப்புகளையும் கட்டிக்கொண்டு ஆய்வுலகம் அழுது தீர்த்துக்கொண்டிருந்தபோது, அவற்றைப் புறந்தள்ளித் தெருக்களில் இறங்கிய முதல் அறிஞர் தொ.ப தான். மக்களுடனான உரையாடல்களை ஆதாரமாகக்கொள்ளும் வழிமுறைக்கு வித்திட்டார். பேராசிரியர் நா. வானமாமலை துவக்கி வைத்த நாட்டாரியல் ஆய்வுகளை அடுத்த தளத்துக்கு எடுத்துச்சென்றவர்களாக ஆ.சிவசுப்பிரமணியனும் தொ.பரமசிவனும் நமக்குக் கிடைத்தார்கள். அடிக்குறிப்புகளோடும் ஆதார நூற்பட்டியல்களோடும் இல்லாத அவரது கட்டுரைகளை ஏற்க ஆய்வறிஞர்கள் எனப்பட்ட குழாமுக்கு முடியாது போயிருக்கலாம். ஆனால் வாசகர்களும் சமூக செயல்பாட்டாளர்களும் தொ.பவின் எழுத்துக்களைக் கொண்டாடித் தீர்த்தனர் என்றுதான் சொல்ல வேண்டும்.

பேராசிரியர் அ. மார்க்ஸ் ஒருமுறை குறிப்பிட்டதுபோல, அவரது வாசகர்களே அவரது ரசிகர்களாயினர். தெருவிலே நிற்கும் ஒரு கல்லுக்கு முன்னால் நின்று வரலாற்றையும் பண்பாட்டையும் பேசும் அவரது வார்த்தைகளில் சொக்கித்தான் கிடந்தோம். திருநெல்வேலி மனோன்மணியம் சுந்தரனார் பல்கலைக்கழகத்தில் தமிழ்த் துறைத்தலைவராக அவர் பணியாற்றிய காலத்தில் நானும் திருநெல்வேலியில் பணியாற்றியதால் அன்றாடம் அவரைச் சந்தித்து உரையாடும் பெருவாய்ப்பைச் சில ஆண்டுகள் நான் பெற்றிருந்தேன்.

அந்த நாட்களில்தான் அவர் நெல்லை மாவட்டம் களக்காடு அருகே உள்ள சிங்கிகுளம் 'நியாயப் பரிபாலப் பெரும்பள்ளி'யைக் 'கண்டுபிடித்துத்' திரும்பியிருந்தார். பகவதி அம்மன் கோயிலாக இந்துக்கள் வழிபடும் அக்கோயில் ஒரு சமணப்பள்ளி என்பதே அவர் கண்டு வந்தது. அதைப்பற்றியே எங்களிடம் பேசிக்கொண்டிருந்தார். எங்களில் பலரையும் சிங்கிகுளம் பள்ளிக்கு அழைத்துச் சென்றும் காட்டினார். அது அவர் வழக்கம். பின்னர் 'இதுவே சனநாயகம்' என்கிற கட்டுரையாகவும் அந்தப் பேச்சுக்களை எழுதினார்.

"கி.பி. ஏழாம் நூற்றாண்டில் மதுரையில் ஆயிரம் சமணர்களைக் கழுவேற்றிச் சம்பந்தர் புண்ணியம் தேடிக்கொண்ட பிறகும் தமிழ்நாட்டின் தென்பகுதியில் சமணம் பன்னிரண்டாம் நூற்றாண்டுவரை உயிரோடிருந்தது. நெல்லை மாவட்டத்தில்

அங்கொன்றும் இங்கொன்றுமாகக் காடுகளிலும் வயல்களிலும் சிதறியும் உடைந்தும் கிடக்கும் தீர்த்தங்கரர்களின் திருமேனிகளே இதற்குச் சான்றுகளாகும்.

நெல்லை மாவட்டத்திலிருந்து சமணம் 'தொலைந்து போய்' எழுநூறு ஆண்டுகள் ஆன பிறகும் இந்தக் கோயில் மட்டும் உயிரோடு நிற்கின்றது. கோயிலைச் சுற்றி ஆராய்ந்தபோது, தீர்த்தங்கரர் இருக்கும் கருவறையைச் சுற்றி வெளிப்புறமாக இருக்கும் கல்வெட்டு நமக்கு வரலாற்று உண்மையினைச் சொல்கின்றது. அந்த ஒற்றைக் கல்வெட்டிலிருந்து நமக்குக் கிடைத்த செய்தி: இது ஒரு சமணப் பள்ளி (சமணர்கள் கோயில் என்று சொல்லமாட்டார்கள்). இம்மலையின் பெயர் ஜினகிரி. முள்ளிநாட்டுத் திடியூரான இராசராசநல்லூரில் உள்ள இந்தப் பள்ளியின் பெயர் 'நியாய பரிபாலப் பெரும்பள்ளி'. இப்பள்ளி 'எனக்கு நல்ல, பெருமானான அண்ணன் தமிழ்ப் பல்லவரையன்' பெயரால் எடுக்கப்பட்டுள்ளது. இந்தத் தீர்த்தங்கரர்களில் இவர் யார் என்று அறியதிருமேனியில் தடயங்கள் கிடைக்கவில்லை.

நெல்லை மாவட்டப் பகுதியில் அம்பிகா யட்சி என்ற இசக்கியம்மன் வழிபாடே இன்றும் செல்வாக்குடன் திகழ்கின்றது. அம்பிகாவைப் பணிமகளாகக் கொண்டவர் 23ஆவது தீர்த்தங்கரராகிய நேமிநாதர் என்பவராவார். கட்டப்பட்டபோது துணைச் சன்னதியாக இருந்த யட்சியின் சன்னதி இன்று முதல் சன்னதியாகவும் தீர்த்தங்கரரின் கருவறை துணைச் சன்னதியாகவும் மக்களால் வணங்கப் பெறுகின்றன. இக்கோயிலில் இரத்தப் பலி கிடையாது. கொடியேற்றம், திருவிழா கிடையாது. மக்கள் தாங்கள் விரும்பும் நாளில் பகவதி அம்மனுக்குப் பொங்கல் வைக்கின்றனர்.

தாங்கள் வணங்குகின்ற பகவதியம்மன் ஒரு சமணத் தெய்வமென்பதும் முனீஸ்வரர் என்ற பெயரால் அறியப்படும் தீர்த்தங்கரர் சமண மதத்தவர் என்பதும் வழிபடுகின்ற இந்து மக்களுக்குத் தெரியாது. வைதிகத்துக்கு எதிரான சமண மதம் இப்பகுதியில் காணாமல் போய் எழுநூறு ஆண்டுகள் ஆகிவிட்டன. ஆனபோதும் சமணப்பள்ளி ஒன்று தாய்த் தெய்வக் கோயிலாகக் கருதப்பட்டு அந்நிலப் பகுதியிலுள்ள எல்லா மக்களாலும் பேணப்படுகின்றது. வழிபடப்படுகின்றது. ஆதரவற்ற பிள்ளையைத் தன் பிள்ளையாக எடுத்து வளர்த்து குடிப்பெருக்கம் செய்வதில் எளிய மக்களுக்கு எந்தத் தடையுமில்லை. அப்படித்தான் சிங்கிகுளம் மக்கள் சமணப்பள்ளியைப் பகவதி அம்மன்

கோயிலாக்கி வாழ வைத்திருக்கிறார்கள். அடுத்தவர் வழிபாட்டிடத்தை இடிப்பதும் அழிப்பதும், அரசர்களும் அமைச்சர்களும் அதிகாரிகளும் செய்கின்ற வேலை என்பதே அன்றும் இன்றும் வரலாறு. சனநாயக உணர்வுள்ள எளிய மக்கள் அதனை ஒருபோதும் செய்ய மாட்டார்கள். சிங்கிகுளம் 'நியாய பரிபாலப் பெரும்பள்ளி' நமக்குச் சொல்லும் செய்தி இதுதான்.'
(இதுவே சனநாயகம் கட்டுரையிலிருந்து)

தொ.ப. போல இப்படிச் சொல்ல யாரிருக்கிறார்கள் இப்போது?

களத்திலிருந்து வரலாற்றுக்கும் அரசியலுக்கும் நம்மை அழைத்துச் சென்ற பேராசான் அவர். வரலாற்றை மேலிருந்து பார்க்காமல் அடித்தள மக்கள் மத்தியில் நின்று கொண்டு கீழிருந்து வரலாற்றைப் பேசியவர் அவர். மதப்பகைமை என்பது மக்களிடம் இல்லை. அது மேலிருந்து கட்டப்படுவது என்பதைத்தான் மேற்கண்ட பகவதி அம்மன் கோயில் வாசலில் நின்று அவர் உரக்கப் பேசுகிறார்.

பண்பாட்டுத்தளத்தில் மோசடிகளும் திரிப்பு வேலைகளும் நடக்கின்ற இந்த நாட்களில் பேராசிரியர் தொ.ப.போல பொட்டில் அடித்தாற்போலப் பேசுகிற' உண்மை அறிஞர்கள் நம் சமூகத்திற்கு முன்னெப்போதையும்விட இப்போதுதான் தேவைப்படுகிறார்கள். கல்விப்புலத்துக்கு உள்ளேயிருந்துகொண்டு தெருவைப் பார்த்துப் பேசியவர். தெருவில் நின்றுகொண்டுகல்விச்சாலை ஆய்வகங்களை நோக்கிப் பேசியவர் என்கிற தொ.ப.வின் இரு பரிமாணங்கள் அபூர்வமானவை. அவசியமானவை. வரும் தலைமுறை அறிஞர்களால் வளர்த்தெடுக்கப்பட வேண்டியவை.

8

விளையாட்டின் மீது ஏற்றப்பட்டவை

விளையாட்டைத் தொலைக்காட்சியில் விரும்பிப் பார்க்கும் பழக்கம் எனக்கில்லை என்றாலும் கூகுள் சுந்தர்பிச்சை சொன்னது போல உலகமே சரணடைந்து கிடந்த உலகக் கால்பந்துப் போட்டியின் இறுதி நிகழ்வையேனும் பார்த்தாக வேண்டிய நெருக்கடி வந்தது. லயொனல் மெஸ்ஸியின் தலைமையில் அர்ஜெண்டினா வென்ற ஆட்டத்தை அந்தக் கோடானு கோடி ரசிகர்களில் ஒருவனாக நானும் பார்த்தேன். இங்கு அந்தப் புளகாங்கிதத்தைப் பேச வரவில்லை. தோற்ற பிரான்சில் கலவரம் வெடித்ததைப் பார்த்து உலகம் அதிர்ச்சியடைந்தது. பிரான்ஸ் அதிபர் எம்மானுவேல் மக்ரோன், தோற்ற வீரர்களைக் கட்டியணைத்து ஆறுதல் சொன்னதையும் பார்த்தோம். ஐரோப்பாவின் பண்பாட்டுத் தலைமையகமாக மதிக்கப்படும் பிரான்சில் ஒரு விளையாட்டில் தோற்றதற்காகக் கல்வீச்சும் ரகளையும் நடந்தது என்பதை ஏற்க முடியவில்லை.

விளையாட்டு என்பதே உலக அளவில் சமாதானமும் நட்புறவும் ஒன்றுபட்ட உணர்வும் வளர்வதற்காக என்றே நடத்தப்படுவது. ஒலிம்பிக் விளையாட்டின் அடிநாதமாக ஒலிப்பது ஒற்றுமை, சமாதானம், சேர்ந்து வாழ்தல் என்பதுதானே. உடலும் மனமும் ஒருங்கிணைந்து குழுவாக இயங்கிச் சாதிப்பதுதான்.

“விளையாட்டுகளில் தோல்வி என்பது தோல்வியுமல்ல. வெற்றி என்பது வெற்றியுமல்ல. விளையாட்டே ஒரு வெற்றி. தீவிரமாக, ஆத்மார்த்தமாகத் தன்னை மறந்து விளையாட வேண்டும். ” என்று ஒரு வரி எழுத்தாளர் சுந்தரராமசாமியின் ஜேஜே சில குறிப்புகள் நாவலில் வரும். கால்பந்து விளையாட்டை முன்வைத்து வாழ்வைப்பற்றியும் அந்த நாவல் பேசும். நானே கோல் போடவேண்டும் என்று நினைக்காமல் தன் குழுவில் யாருக்குக் கோல் போட வாய்ப்பிருக்கிறதோ அவரிடம் பந்தைத் தள்ளிவிடுவது -விட்டுக்கொடுப்பது-போல நாம் வாழ்வில் நடந்துகொள்ள வேண்டும் என்று சுந்தரராமசாமி எழுதியிருப்பார்.

விளையாட்டை விளையாட்டாகப் பார்ப்பது என்பதைத் தாண்டி விளையாட்டின் மீது அரசியல் உள்ளிட்ட வேறு பலவற்றை ஏற்றிப் பார்ப்பவர்களாக இன்று நாம் மாறிவிட்டோம். பாலில் விஷம் கலந்த முன்னோடிகள் என முசோலினியையும் ஹிட்லரையும் வரலாறு சுட்டிக்காட்டுகிறது.

30களில் பாசிசத்தின் ஆக்டோபஸ் கரங்கள் எல்லாவற்றையும் தழுவிக்கொண்டபோது விளையாட்டும் அதிலிருந்து தப்ப முடியவில்லை. ஹிட்லரும் முசோலினியும் கட்டி எழுப்பிக்கொண்டிருந்த 'தேசியப் பெருமிதம்' விளையாட்டுக்களையும் விழுங்கியது. கால்பந்துப் போட்டியில் ஜெர்மன் வெற்றி பெறுவது தேசிய உணர்ச்சியைத் தூண்டும் கருவியாக மாறியது. இன்னொரு புறம் உள்நாட்டில் பலவேறு விளையாட்டுக் குழுக்களிலிருந்து யூத வீரர்கள் (உலகப்புகழ் பெற்ற ஆட்டக்காரர்களும்) வெளியேற்றப்பட்டனர். ஜெர்மனிய விளையாட்டுக்குழுவின் வெற்றி ஆரிய இனத்தின் வெற்றியாக முன்வைக்கப்பட்டது.

இத்தகைய 'வெறியூட்டல்கள்' இந்தியாவிலும் நடந்து வருவதுதான் நாம் கவலை கொள்ளவேண்டிய போக்கு. இங்கு கால்பந்து கொல்கத்தாவுக்கு வெளியே தேசிய அளவில் பிரபலம் ஆகவில்லை. ஆனால் அந்த இடத்தில் கிரிக்கெட் வந்து அமர்ந்தது. இங்கிலாந்தின் அடிமை நாடுகளில் மட்டும் பரவிய கிரிக்கெட்டை இந்தியாவும் பாகிஸ்தானும் சுமக்கத் துவங்கின.

மற்ற நாடுகளோடு இந்திய அணி மோதும்போது இல்லாத ஆவேசங்களும் அலப்பரைகளும் பாகிஸ்தானோடு மோதும்போது மட்டும் எழுந்தன அல்லது எழுப்பப்பட்டன. மதப்பகைமை அரசியல் வளர்க்க கிரிக்கெட்டும் துணைபோனது. இந்தியாவில் வாழும் இஸ்லாமிய மக்கள் பாகிஸ்தான் அணிக்கு ஆதரவாக இருப்பதாக இந்துத் தீவிரவாதிகளால் தொடர்ந்து குற்றம் சாட்டப்பட்டு "நாங்கள் அப்படி இல்லை" என்று நிரூபித்தாக வேண்டிய மூலைக்கு இஸ்லாமிய மக்கள் நெட்டித் தள்ளப்பட்டனர்.

இது எந்த எல்லை வரை சென்றது என்பதை மீண்டும் எண்ணிப்பார்க்கவே அருவருப்பாகவும் வேதனையாகவும் இருக்கிறது. 2021 அக்டோபரில் துபாய் சர்வதேச கிரிக்கெட் ஸ்டேடியத்தில் நடைபெற்ற போட்டியில் இந்தியா பாகிஸ்தானிடம் தோற்றது. அதற்கான முழுப்பொறுப்பும் இந்திய அணியில்

விளையாடிய முகம்மது ஷாமி என்கிற வீரர் மீது சுமத்தப்பட்டது. ஏனெனில் அவர் ஒரு முஸ்லிம். ஆகவே அவர் பாகிஸ்தானுக்கு ஆதரவாக ஆட்டத்தை விட்டுக்கொடுத்துவிட்டார் என்று இந்து தீவிரவாதிகள் சமூக வலைத் தளங்களில் எழுதத் துவங்கினர். இந்திய அணியின் கேப்டனான விராட் கோலி இத்தகைய பதிவுகளைக் கண்டித்தார். விளையாட்டில் மதச்சாயம் பூசுவதையும் ஷாமியின் தேச பக்தியைச் சந்தேகிப்பதையும் அவர் நிராகரித்தார். ஆனால் அதற்குரிய பலனை அவர் அனுபவித்தார். தன் சக தோழனுக்காகக் குரல் கொடுத்ததற்காகக் கோலியும் அவதூறுத் தாக்குதலுக்கு ஆளானார். அது எல்லையற்றுச் சென்றது. விராட் கோலி-அனுஷ்கா தம்பதியின் ஒன்பது வயது மகளுக்கு பாலியல் வல்லுறவு மிரட்டல்கள் விடப்பட்டன. உலகம் அதிர்ச்சியடைந்தது. மதவெறி மனப்பான்மை எந்த எல்லைக்கும் செல்லும் என்பதற்கான உதரணமாக இந்த மிரட்டல் அமைந்தது. உலகம் நம் மீது காரித்துப்பியது என்றுதான் சொல்ல வேண்டும்.

அத்தகைய மிரட்டலை விடுத்த ராம் நாகேஷ் அகுபதினி பின்னர் மும்பை காவல்துறையால் கைது செய்யப்பட்டான். விளையாட்டு, இலக்கியம், கலை, பண்பாட்டு அசைவுகள் என எல்லாவற்றின் மீதும் மதச்சாயம் பூசுவது பாசிச அரசியலைத்தவிர வேறு எதற்கும் உதவாது. பிரான்சில் நடைபெற்ற கலவரங்கள் விளையாட்டின் தோல்வியை நாட்டின் தோல்வியாகப் பார்க்கும் மனநிலையிலிருந்து எழுந்தது. விளையாட்டின் மீது இத்தகைய சுமைகளை ஏற்றுவது எதிர்காலத்தில் விளையாட்டின் அடிப்படை மாண்பையே சிதைத்துவிடும்.

விளையாட்டு நமக்கு நல்கி வரும் நேர்மறையான பண்பாட்டுக் கூறுகள் எதிர்காலத் தலைமுறைக்குக் கிட்டாமலே போய்விடும். அதுதான் இங்கு நாம் கவலையோடு விவாதிக்க வேண்டிய பிரச்னை.

9

போதுமான அதிர்ச்சி இல்லாப் பொதுச் சமூகம்

நம்முடைய தமிழ்ச் சமூகம் எல்லா நிகழ்வுகளுக்கும் அதிர்ச்சி அடைவதில்லை. சிலவற்றுக்குக் கூடுதலான அதிர்ச்சி அடைவதும், சில நிகழ்வுகளைக் கண்டுகொள்ளாமலே விடுவதும் என்று பாரபட்சமான அணுகுமுறையைக் கொண்டுள்ளது. சமீபத்தில் புத்தாண்டு அன்று புதுக்கோட்டை மாவட்டம் இறையூரில் பட்டியலின மக்கள் வசிக்கும் பகுதியில் உள்ள குடிநீர்த் தொட்டியில் மலம் கொட்டப்பட்டிருந்த சம்பவம் என்ன அதிர்ச்சியை ஏற்படுத்தியுள்ளது என்று பார்க்க வேண்டும், ஒன்றிரண்டு பத்திரிகைகளில் அதிர்ச்சி என்ற வார்த்தையுடன் இச்செய்தி வெளியானதைத்தவிர வேறு எந்த அதிர்ச்சியும் சமூகத்தில் இல்லை என்றே சொல்ல வேண்டும்.

இந்தத் தொட்டியில் இருந்து வந்த குடிநீரைப் பருகிய குழந்தைகள் பலரும் தொடர்ந்து உடல் நலப் பாதிப்புக்குள்ளான நேரத்தில்தான் தண்ணீரில் மலம் கலந்திருந்தது கண்டறியப்பட்டது. இதைச் செய்தவர்கள் யார் என்பது தற்போதுவரை கண்டறியப்படவில்லை. 20 ஆண்டுகளுக்கு முன்னால் 2002இல் திருச்சி மாவட்டம் திண்ணியத்தில் தாழ்த்தப்பட்ட சகோதரர்களான ராமசாமி, முருகேசன் இருவரின் வாயிலும் அந்த ஊரின் ஆதிக்க சாதியினர் மலம் திணித்த கொடுமை நடந்தது. அப்போதும் நம் சமூகம் பெரிய அதிர்ச்சி ஒன்றும் அடையவில்லை.

40களில் தஞ்சை மண்ணில் தாழ்த்தப்பட்ட விவசாயத் தொழிலாளிகள் வாயில் பண்ணையார்கள் மாட்டுச் சாணத்தைக் கரைத்து வாயில் புகட்டுவதை ஒரு வழக்கமான தண்டனையாகச் செய்துகொண்டிருந்தார்கள். இது பற்றிக் கலாச்சாரத்திலும் கலை இலக்கியத்திலும் மகோன்னதமான இடத்தை அடைந்திருந்த தஞ்சை மண்ணின் பெருமக்கள் யாரும் அதிர்ச்சி அடைந்திருக்கவில்லை. தஞ்சை மண்ணிலிருந்து புறப்பட்ட செவ்வியல் சங்கீதத்தில் சிறு பிசிறும் தட்டிவிடவில்லை. எழுதப்பட்ட மகத்தான இலக்கியங்களில் யாரும் ஒரு வரி இதைப்பற்றி எழுதிவிடவும் இல்லை.

1999ஆம் ஆண்டு திருநெல்வேலி மாவட்டம் மாஞ்சோலை தோட்டத் தொழிலாளிகள் திருநெல்வேலி மாவட்ட ஆட்சியர் அலுவலகம் நோக்கித் தங்கள் கோரிக்கைகளுடன் ஊர்வலமாக வந்தபோது காவல்துறை தடியடியும் துப்பாக்கிச்சூடும் நடத்தியதில் ஒண்ணரை வயதுக்குழந்தை விக்னேஷ் உட்பட 17 பேர் கொல்லப்பட்டனர். ஒரு மணிநேரம் பஸ் போக்குவரத்து தடைப்பட்டதைத் தவிர வேறெந்த அதிர்ச்சியையும் சமூகம் காட்டிவிடவில்லை. திருநெல்வேலியில் அல்வா வியாபாரம் அன்றைக்கும் அமோகமாகத்தான் நடந்துகொண்டிருந்தது. குறை ஒன்றும் இல்லை.

இங்கு மட்டுமல்ல, மராட்டிய மாநிலம் பண்டாரா மாவட்டத்தில் உள்ள கயர்லாஞ்சி கிராமத்தில் 2006ஆம் ஆண்டு நடந்த கொடுமையைத் திரும்ப எழுதவும் கை மறுக்கிறது. பையாலால் போட்மாங்கே குடும்பத்தின் பெண்களான சுரேகா, பிரியங்கா இருவரையும் ஆதிக்க சாதியினர் ஊர் கூடி வன்புணர்வு செய்ததோடு உயரே தூக்கித் தூக்கிப்போட்டுக் கொலை செய்தனர்.

தமிழ்நாட்டில் இதுவரை சுமார் 90 ஆணவப் படுகொலைகள் நடந்துள்ளன. விரட்டி விரட்டிப் பாட்டுப்பாடிக் காதலிக்கச் சொல்லி ஆயிரம் சினிமாக்களை எடுத்து வெளியிடுகிறோம். அதை நம்பிக் காதலிக்கும் இளைஞர்களையும் இளம் பெண்களையும் கொன்று குழியில் புதைக்கிறோம். என்ன மாதிரியான மனிதர்கள் நாம்?

ஆணவக்கொலை நடந்த ஒவ்வொரு சம்பவத்திலும் காதலித்த இருவரில் ஒருவர் நிச்சயமாகப் பட்டியலின சாதியைச் சேர்ந்தவராக இருப்பார். அதுதான் பிரச்னையின் மையம். இன்னொரு கேள்வியும் எழுப்பப்பட வேண்டும். மலம் அள்ளுவதற்கென்றே ஒரு சாதியை ஒதுக்கிவைத்துள்ள 'நாகரிக' சமூகம் நம்முடையது. எல்லாச் சாதிகளிலும் ஏழைகள் இருக்கின்றனர். ஆனால் எந்தச் சாதி ஏழையும் அடுத்த சாதியினரின் மலத்தை அள்ளப்போவதில்லை. ஆதிக்க சாதிகளாக வலம் வருகின்ற இடைநிலைச் சாதியினர்தான் புதுக்கோட்டை மாவட்டத்தின் இறையூரிலும் திருச்சி மாவட்டம் திண்ணியத்திலும் மலத்தை அள்ளி வந்துள்ளனர். இப்போது மட்டும் எப்படி அவர்கள் மலம் அள்ளினார்கள்?

இறையூரின் குடிநீர்த்தொட்டியில் அள்ளிப் போடப்பட்ட மலத்தின் அளவு அதிகம். அவ்வளவு மலத்தையும் ஒரு தனிநபர்

மட்டும் அள்ளிக் கொட்டியிருக்க முடியாது. ஒரு குழு இறங்கி வேலை செய்திருக்க வேண்டும். மனித மலத்தைக் குழுவாகச் சென்று சேகரித்துப் பத்திரமாக அதைச் சுமந்து கொண்டு மேல்நிலை நீர்த்தொட்டியின் ஏணியில் ஏறி உள்ளே கொட்டியிருக்கிறார்கள். இவ்வளவு பக்குவமாக மலம் அள்ளிய இந்த ஆதிக்க சாதியாரை நிரந்தரமாக ஊர் மலத்தை அள்ளச் சொல்லித் தீர்ப்பு வழங்க நம் சட்டத்தில் இடமில்லையே!

மேலே குறிப்பிட்ட எல்லாக் கொடுநிகழ்வுகளும் பட்டியலின மக்கள் மீதான தாக்குல்கள் என்பதால்தான் நம் சமூகம் அதிர்ச்சியடையாமல் நிதானம் காக்கிறது என்பதைச் சொல்ல வேண்டியதில்லை. இந்த "நம் சமூகம்" என்கிற சொற்கள் யாரைக் குறிக்கின்றன. அப்படி ஒரு நம் சமூகம் என்கிற பொதுச்சமூகம் இருக்கத்தான் செய்கிறதா?

1920-30களில் தமிழ்நாட்டில் 'பிராமணர் அல்லாதோர் நலச்சங்கம்' உருவாகி பிற சாதியார் நலன்களுக்காகப் போராடி நல்ல மாற்றங்களுக்கு வித்திட்டது வரலாறு. ஆனால் உண்மையில் பிராமணர் –பிராமணர் அல்லாதார் என்பதாக நம் சமூகம் பிளவுண்டிருப்பதைவிட தலித்-தலித் அல்லாதோர் என்கிறதாகத்தான் ஆழமாகப் பிளவுண்டு கிடக்கிறது. அதனால்தான் தலித் மக்களுக்கு அநீதி நிகழும்போது அசட்டையாக இருக்கிறது 'பொதுச்சமூகம்'.

பொதுச் சமூகம் எனப் புரிந்துகொள்ளப்பட்டுள்ள தலித் அல்லாதார் சமூகத்தின் மனச்சாட்சியைத் தட்டி எழுப்ப ஓர் பேரியக்கம் இன்று தேவைப்படுகிறது. சாதி என்னும் கற்பிதத்தை அவர்கள் மனங்களிலிருந்து அகற்றிட மாபெரும் அறிவியக்கம் நடத்தப்பட வேண்டும். வகுப்பறைகளிலும் தெருக்களிலும் ஒரே நேரத்தில் பாடங்கள் நடத்தப்பட வேண்டும். உலகத்தில் எந்த நாட்டிலும் இல்லாத சாதி இந்தியாவில் மட்டும்-இந்து மதத்தில் மட்டும்-இருக்கும் உண்மையை அறிவியல்பூர்வமாக இந்தப் 'பொதுச் சமூக' மக்களுக்கு விளக்கிச் சொல்ல வேண்டும். மீண்டும் மீண்டும் தந்தைப் பெரியாரைத் தேட வேண்டிய நிலையில் நாம் இருக்கிறோம். "அடிச்சா திருப்பி அடி" என்று தாழ்த்தப்பட்ட மக்களிடம் பேசி ஆவேசமூட்டிய தோழர் பி. சீனிவாசராவின் குரல் காற்றில் இன்னும் சுழன்றுகொண்டேதான் இருக்கிறது.

10
எங்கள் தமிழ் என்ன தமிழ்?

இரண்டடி அகலமுள்ள வாசல்படியைத் தாண்டி கருவறைக்குள் நுழைய முடியாமல் தத்தளிக்கும் தமிழுக்குக் காவித்துண்டைக் கழுத்தில் போட்டு ஈராயிரம் கல் தொலைவிலுள்ள காசிக்கு அழைத்துச்சென்றார்கள் மோடிஜி வகையறாக்கள். தமிழர்களை மிரள வைத்த பல காட்சிகள் அங்கே அரங்கேறின. பல முழக்கங்கள் அங்கே இசைஞானியின் பின்னணி இசையுடன் எழுப்பப்பட்டன. அதில் ஒன்றுதான் "தமிழ் ஓர் ஆன்மிக மொழி" என்பதும்.

எல்லாவகை இலக்கியங்களும் தமிழில் உண்டு. அத்தோடு ஒன்றாக பக்தி இலக்கியங்களும் தமிழில் உண்டு. கி.பி. 7ஆம் நூற்றாண்டு துவங்கி 12ஆம் நூற்றாண்டுவரை எடுத்து நடத்தப்பட்ட பக்தி இயக்கம் எனப்பட்ட சைவ வைணவ மத எழுச்சிக்கான (அல்லது திணிப்புக்கான) பிரச்சார இயக்கத்தின் பகுதியாக சைவ இலக்கியங்களும் வைணவ இலக்கியங்களும் தமிழில் எழுதப்பட்டு மக்களிடம் இசைக்கப்பட்டன. அதற்கு முன்பாக இங்கு மக்களிடம் செல்வாக்குப் பெற்றிருந்த மதங்களான சமண, பௌத்த மதங்களை எதிர்த்துப் புறப்பட்டதே பக்தி இயக்கம். அது அரச ஆதரவுடன் நடைபெற்ற இயக்கம்.

"சிறு சிறு குலங்களாகவும் குடிகளாகவும் குலங்களின் இணைப்புகளாகவும் சிதறிக் கிடந்த தமிழ் மக்கள் ஓயாத போரில் ஈடுபட்டதால் போர், படையெடுப்பு, ஊரழிவு ஆகியவற்றின் அடிப்படையில் சங்ககாலத் தமிழகத்தில் மெள்ள மெள்ள அரசுகள் தோன்றின. புராதன வாழ்க்கையிலேயே முதலில் தோன்றிய குலங்கள், அவற்றின் விரிவாக அமைந்த குடிகள், அத்தகைய குடிகள் சில சேர்ந்த இணைப்புக் குலங்கள் ஆகியன முட்டி மோதிப்பொருந்திய நிலையில் அளவு மாறுபாடு, குண மாறுபாடாக உருமாறியதே சங்க கால அரசியல் நிறுவனமாகும்.

ஆனால் தவிர்க்க முடியாத அந்த மாற்றம் துன்பத்தின் மத்தியிலேயே நடந்தேற வேண்டியிருந்தது. துன்பம் நிறைந்த அக்காலப் பகுதியிலேதான் சமணமும், பௌத்தமும் தமிழகத்துக்கு வந்து சேர்ந்தன." என்பார் பேராசிரியர் க. கைலாசபதி.

கிட்டத்தட்ட இதே போன்றதொரு துன்ப இயல் வாழ்க்கை நிலைபெற்ற கங்கைச் சமவெளியில் ஆறாம் நூற்றாண்டில் பிறந்த சமணமும் பௌத்தமும் போர்களுக்கும் வன்முறைக்கும் எதிராகப் பேசி மக்கள் மனங்களில் இடம் பெற்றன. திருக்குறள் உள்ளிட்ட பதினென் கீழ்க்கணக்கு நூல்களும் ஐம்பெருங்காப்பியங்களும் தமிழுக்குக் கிடைத்த இக்காலத்தையே வைதீகம் (களப்பிரர் காலம்) இருண்ட காலம் என்று பிரச்சாரம் செய்தது. நிலவுடைமை வர்க்கத்தை விஞ்சும் அளவுக்கு வணிக வர்க்கம் உயர்ந்து வந்த அக்காலத்தில் வளர்ந்து வந்த வணிக வர்க்கத்தின் குரலாக "பிறப்பொக்கும் எல்லா உயிர்க்கும்" என்ற முழக்கம் பிறந்தது.

இந்தச் சமத்துவக்குரலைக் குரல்வளையிலேயே நெரித்திடும் நோக்குடன் நிலவுடைமை ஆதிக்க மீட்பு இயக்கமாகப் பரிணமித்த பக்தி இயக்கத்துக்கு இருந்தது. சமணம், பௌத்தம் மட்டுமின்றி எந்த மதமும் சாராத நாட்டுப்புறத் தெய்வ வழிபாடும் தமிழ் மண்ணில் நீக்கமற நிறைந்திருந்தது. சைவ/வைணவ இலக்கியங்கள் இந்தப் பன்முக வழிபாட்டு முறைகளுக்கு எதிராக வன்மம் கக்கியது வரலாறு.

"மத்த யானையின் ஈருரி மூடிய
அத்தனேயணி ஆலவா யாய் பணி
பொய்த்த வன்தவ வேடத்த ராஞ்சமண
சித்தரை யழிக் கத்திரு வுள்ளமே" என்று சம்பந்தரும்
"வெறுப்பொடு சமணரு முண்ட
விதியிலாச் சாக்கியர் நின்பால
பொறுப்பதி யானைகள் பேசில
போவதே நோயதாகி
குறிப்பெனக் கடையு மாகில
கூடுமேல் தலையை யாங்கே
அறுப்பதே கருமம் கண்டா
யரங்க மாநகருளானே"

என்று தொண்டரடிப் பொடியாழ்வாரும் வன்மத்துடன் பாடியிருப்பது ஒரு சோற்றுப்பதம். பாடியது மட்டுமின்றி பல சமண, பௌத்தக் கோயில்களை இடித்து சைவ, வைணவக் கோயில்களாக மாற்றிய 'கரசேவை'யையும் பக்தி இயக்க காலம் செய்து முடித்தது வரலாறு.

இதே கோபத்தோடுதான் நாட்டுப்புறத் தெய்வங்களையும் இவர்கள் அணுகினார்கள்.

"சென்று நாம் சிறு தெய்வம் சேர்வோம் அல்லோம்" என்று திருநாவுக்கரசரும்

"பிண்டத்திரளையும்
பேய்க்கிட்ட நீர்ச்சோறும்
உண்டற்கு வேண்டி நீ
ஓடித்திரியாதே" என்று நாட்டுப்புறத் தெய்வ வழிபாட்டு முறையையும் உணவுமுறையையும் இழிவுபடுத்திப் பெரியாழ்வார் வசை பாடுவதையும் இன்னொரு சோற்றுப்பதமாகக் கொள்ளலாம்.

ஆகவே பன்முகம் கொண்ட தமிழர் வழிபாட்டு மரபை ஒழித்து "ஒன்றே குலம் ஒருவனே தேவன்" என்று அன்று கொடிநாட்டிய வாய்களின் வாரிசுகள்தாம் இன்று மொத்தத் தமிழ் மொழியே ஆன்மிக மொழிதான் என்று வெள்ளையடிக்கின்றன. "தமிழ் ஒரு சூழலியல் மொழி" என்றொரு காத்திரமான நூலை சூழலியலாளர் நக்கீரன் சமீபத்தில் எழுதியுள்ளார். பன்முகச் சிந்தனைகளுக்கும் இடம் கொடுக்கும் மொழிதான் தமிழ்.

"கார் நறுங்கடம்பின் கண்ணி சூடி
வேலன் வேண்ட வெறிமனை வந்தோய்
கடவுள் ஆயினும் ஆக
மடவை மன்ற வாழிய முருகே!" (நற்றிணை. 340)

என்றொரு பாடலும் சங்க இலக்கியத்தில் உண்டு என்று 'கடவுள் ஆயினும் ஆக' என்கிற நூலில் ஆர். பாலகிருஷ்ணன் எடுத்து வைக்கிறார். மலைக்கடவுள் முருகனைப் பார்த்து மலைப்பெண்ணொருத்தி பாடுவதாக வரும் இப்பாடல் நீ பெரிய கடவுளானால் அது உன் மட்டுக்கும்தான். இந்தப் பிரச்னையில் தலையிட உனக்கு என்ன உரிமை இருக்கிறது? என்று அம்மலைப்பெண் முருகனிடம் கேட்பதாக வருகிறது. கடவுளையே கேள்விக்குள்ளாக்கிய மொழியாகத் தமிழ் இங்கே ரூபம் கொள்கிறது. பாரதியின் பாடல்களில் அது விடுதலை மொழியாகி நின்றது. பெரியாரின் சொற்களில் அது பகுத்தறிவின் மொழியாகித் தகித்தது. தோழர் ஜீவானந்தத்தின் வார்த்தைகளில் கம்பனைப்போல "தோழமை என்றவர் சொல்லிய சொல் ஓர் சொல்லன்றோ" என்று தோழமை மொழியாகிச் சுடர்ந்தது. சைவ, வைணவ, கிறித்துவ, இசுலாமிய இலக்கியங்களில் அது பக்தி மொழியாகவும் நின்றிருக்கிறது. அந்த அளவில் நிறுத்திக்கொள்ள வேண்டும்.

அன்று பன்முக வழிபாடுகளை சுகட்டுமேனிக்கு அழித்துச் சென்ற புல்டோசராக ஒரு பக்தி இயக்கம் புறப்பட்டதைப்போல மொத்தத் தமிழையே ஆன்மிக மொழி என்று ஓங்கி அடித்து ஒரு முழக்கம் வடக்கிலிருந்து வருகிறது. எச்சரிக்கை என் தமிழச்சாதியே!

11

மிருக நலனும் மிருக பலமும்

காதலும் அதற்கு எதிர்ப்பும் எப்போதும் ஒரு நாணயத்தின் இரு பக்கங்களைப்போலத் தொடர்வது வரலாறு. ஓர் ஆண் ஓர் பெண் மீது/ஒரு பெண் ஓர் ஆண் மீது கொள்ளும் தனித்த வகை அன்பைக் காதல் என்கிறோம். பாலியல் ஈர்ப்பு என்பது இயற்கையானது. அது காப்பாற்றி வளர்க்கப்பட்டு கல்யாணம் வரைக்கும் போகவேண்டும் என்கிற கட்டாயம் ஏதுமில்லை. போனால் மட்டுமே அது 'வெற்றி பெற்ற காதல்' என்று சமூகம் மதிக்கிறது. திருமணத்தில் முடியாத எத்தனையோ காதல்கள் அமரக்காதல்களாகிப் பல காவியங்களால் பாடப்பெற்றுள்ளன.

லைலா-மஜ்னூ, அனார்கலி-சலீம் என்று பல கதைகள் இருக்கின்றன. தமிழ்நாட்டிலும் கவிச்சக்கரவர்த்தி கம்பரின் மகன் அம்பிகாபதியும் மூன்றாம் குலோத்துங்கச் சோழனின் மகள் அமராவதியும் கொண்ட காதலும் அது நிறைவேறாமல் போனதும் இன்றைக்கும் அது காவியமாகக் கொண்டாடப்படுவதும் தொடர்கிறது. நூற்றாண்டு காணும் எழுத்தாளர் கு. அழகிரிசாமி எழுதிய கவிச்சக்கரவர்த்தி என்கிற நாடகத்தில் இந்தக் காதலைக் குறித்து மன்னரோடு கம்பர் வாதம் செய்யும் காட்சி அறிவுப்பூர்வமானது.

கம்பர்: நீ கூறுவதெல்லாம் உண்மை. நீ பொய் சொல்ல மாட்டாய் என்பதை நான் அறிவேன். உன்னுடைய எந்த உண்மையும் எந்த நியாயமும் இந்த இரு இளம் உயிர்களையும் காப்பாற்றப் போவதில்லை. நானோ உயிரைக் காக்கும் தர்மத்தைப் பேசுகிறேன்.

சோழன்: இங்கே உயிரைக் காப்பாற்ற எண்ணுவதே அதர்மம்.

கம்பர்: [உரத்த குரலில்] குலோத்துங்கா! நீ சொல்வதை நான் ஏற்கவே முடியாது. மரண தண்டனை பெறக்கூடியவாறு இவர்கள் செய்த குற்றம் என்ன? வெளிப்படையாகக் கேட்கிறேன்; மன்னன் மகளைப் புலவன் மகன் மணந்தான் என்றால் அது குற்றம் என்று எந்த தர்ம சாஸ்திரம் கூறுகிறது?

சோழன்: அப்படி ஒரு திருமணம் நடந்தது உண்டா? நீங்களே சொல்லுங்கள். நமக்கு முன்னால் வாழ்ந்தவர்கள் தர்ம சாஸ்திரம் அறியாதவர்களா?

கம்பர்: ராஜ குடும்பங்களுக்குள் திருமணம் நடப்பதே நியாயம் என்கிறாய். குலோத்துங்கா, எத்தனை ராஜகுடும்பங்களின் பூர்வோத்திரத்தை நீ அறிவாய்? கொலைகாரனும் கொள்ளைக்காரனும்கூட ஆயுதங்களையும் ஆட்களையும் திரட்டி மிருகபலத்தினால் மன்னனாகிவிட முடியும். அப்படி மன்னர் பதவி பெற்ற கொலைகாரர்கள் பலர் இருந்திருக்கிறார்கள். இரண்டு, மூன்று தலைமுறைகள் கழிந்துவிட்டால், கொலைகாரனுடைய பரம்பரையும் ராஜவம்சமாகி அங்கே பெண் கொடுப்பதும், பெண் எடுப்பதும் தர்மசாஸ்திரம் கூறும் நீதியாகவும் ஆகிவிடுகிறது. உன்போன்ற மன்னர்களுக்கு! உங்கள் ராஜகுடும்பப் பெண் ஒருத்தியை ஹொய்சல மன்னன் வல்லாளனுக்கு மணம் முடித்துக் கொடுத்தாயே, வல்லாளனுடைய முன்னோர் எப்படிப்பட்டவர்கள் என்று அறிந்துகொண்ட பிறகா கொடுத்தாய்?

சோழன்: கம்பரே, உங்களை வாதில் வெல்ல மகா கவிகளாலுமே முடியாது. என்னால் முடியும் என்று யாருமே சொல்ல மாட்டார்கள். நான் கொடுத்த தண்டனையை மாற்றவே முடியாது.

கம்பர்: மிருக பலத்தால் வெல்கிறாய்.

காலந்தோறும் மிருக பலத்தால் காதல் எதிர்க்கப்பட்டு வந்திருக்கிறது. இந்த ஆண்டு 2023இல் மிருகங்களுக்கான நலவாரியம்-ஒன்றிய அரசின் இத்துறை-காதலுக்கும் காதலர் தினத்துக்கும் எதிராகக் கொடியைத் தூக்கியது. மேற்கத்தியக் கலாச்சாரத்தில் வந்த காதலர் தினத்துக்கு மாறாக பசுவைக் கட்டிப்பிடித்துக் காதலை வெளிப்படுத்துமாறு சுற்றறிக்கை விட்டது. பசுவைக் கட்டிப்பிடித்தால் உணர்வுப்பெருக்கு ஏற்படும். ‘தனி மனிதருக்கும் மக்கள் குழுவுக்கும் ஆனந்தம் பெருகும்’ என்று ‘விஞ்ஞானப்பூர்வமான’ விளக்கமும் அளித்திருந்தது. சமூக வலைதளங்கள் இந்த அறிக்கையை பல வடிவங்களில் ‘வச்சி செஞ்ச’ பிறகு அத்துறை தன் அறிவிப்பைத் திரும்பப்பெற்றது.

சென்னையில் கடந்த 14ஆம் தேதி காவிக்கொடிகளுடன் காதலர் தினத்துக்கு எதிரான அட்டைகளுடனும் முழக்கங்களுடனும் எத்திராஜ் மகளிர் கல்லூரியை நோக்கிச் சென்ற பாரத் இந்து முன்னணியினர் காவல்துறையின் தலையீட்டால் கலைந்து

சென்றுள்ளனர். இந்து மக்கள் கட்சி அரசுத்துறை திரும்பப்பெற்றாலும் நாங்கள் பசுவைக் கட்டிப்பிடிப்போம் என்று அறிவித்தது.

இந்துத்வ தீவிரவாத அமைப்புகள் காதலருக்கு எதிராகக் கிளம்பியிருப்பது புதிய ஒன்றல்ல. பல ஆண்டுகளாக இவர்கள் பூங்காக்களில் கைகோர்த்து நடக்கும் காதல் ஜோடிகளைச் சுற்றி வளைத்து அங்கேயே கல்யாணம் கட்டிக்கச்சொல்லித் தாலியோடு அலைந்ததும் உருட்டுக்கட்டைகளால் காதலர்களை அடித்து விரட்டியதையும் கடந்த பல ஆண்டுகளாக நாம் பார்த்துக்கொண்டுதான் இருக்கிறோம். அதில் வியப்பொன்றுமில்லை. சாதியை நேசிப்பவர்கள், மதத்தைத் தூக்கிப்பிடிப்பவர்கள் மனிதக் காதலை ஏற்றுக்கொள்ள மாட்டார்கள் என்பது தெரிந்த உண்மைதான்.

ஆனால் மதச்சார்பற்ற ஜனநாயக சோசலிசக் குடியரசான இந்தியாவின் ஓர் அரசுத்துறையே காதலர் தினத்துக்கு எதிராகக் களம் இறங்கியது ஒரு மோசமான முன்னறிவிப்பாகத் தெரிகிறது. பசுவைக் கட்டிப்பிடிக்க வேறு ஏதாவது ஒரு நாளைச் சொல்லியிருந்தால்கூட நாம் சிரித்துக் கடந்திருக்கலாம். ஆனால் காதலர் தினத்தைச் சிறுமைப்படுத்தும் உள்நோக்கம் இந்தத் துறையின் சுற்றறிக்கையில் ஒளிந்திருப்பதை நாம் பார்க்க முடிகிறது. குலோத்துங்கச் சோழன் அம்பிகாபதியைக் கொலைக்களத்துக்கு அனுப்பியதுபோல ஒன்றிய அரசு காதலுக்கு எதிராக அதிகாரப்பூர்வமாகக் கிளம்பி விட்டதா என்கிற கேள்வி எழுந்து நிற்கிறது. இது ஜனநாயகத்துக்கே ஆபத்தல்லவா?

12
வரவு எட்டணா செலவு பத்தணா
(பட்ஜெட் நினைவுகள்)

மார்ச் 20-அன்று தமிழக அரசின் இந்த ஆண்டுக்கான வரவு செலவு அறிக்கை சட்டமன்றத்தில் தாக்கல் செய்யப்படுகிறது. திட்டமிட்ட பொருளாதாரத்தின் ஒரு பகுதியாக சுதந்திர இந்தியாவின் ஒன்றிய மற்றும் மாநில அரசுகளின் ஆண்டு வரவு-செலவு அறிக்கைகள் இருந்துவந்துள்ளன. மாநில அரசின் வரவு-செலவு அறிக்கை மத்திய அரசின் நிதிநிலை அறிக்கைக்கு உட்பட்டு இருக்கும்.

இந்திய அரசியலமைப்புச் சட்டத்தின் 112ஆவது பிரிவு ஆண்டுதோறும் நிதிநிலை அறிக்கை சமர்ப்பிக்க வேண்டும் என்பதைக் குடியரசுத் தலைவரின் கடமையாக ஆக்கியுள்ளது. ஐந்தாண்டுத் திட்டங்களின் திட்ட இலக்குகளை நிறைவேற்றும் கடமை 2014ஆம் ஆண்டு வரைக்கும் ஒன்றிய அரசின் வரவு-செலவு அறிக்கைக்கு இருந்து வந்தது. 2014இல் மோடி அரசு திட்டக்கமிஷனே தேவையில்லை என்று அதைக் கலைத்துவிட்டு நிதி ஆயோக் என்கிற ஓர் ஆலோசனை மன்றத்தை உருவாக்கியது.

விடுதலையை நெருங்கிக்கொண்டிருந்த நாட்களில் சுதந்திர இந்தியாவின் பொருளாதாரப்பாதை எப்படி இருக்க வேண்டும் என்கிற விவாதம் துவங்கியது. தனியார் துறை, பொதுத்துறை இவற்றின் அளவும் பங்குபாத்திரமும் எப்படி இருக்க வேண்டும் என்பது அவ்விவாதத்தின் மையமாக இருந்தது. 1928 இல் சோவியத் யூனியனில் ஜோசப் ஸ்டாலின் தலைமையிலான அரசு ஐந்தாண்டுத்திட்டம் என்கிற வடிவத்தில் பொருளாதார நடவடிக்கைகளைத் திட்டமிடத் துவங்கி வெற்றி பெற்றிருந்த நேரம் அது.

புதிய இந்தியா ஒரு 15 ஆண்டுத் திட்டத்தின் அடிப்படையில் செயல்படலாம் என கன்னடத்தைச் சேர்ந்த பொறியாளரும் அறிஞருமான சர் விஸ்வேஸ்வரய்யா ஓர் ஆலோசனையை முன் வைக்க... சோவியத் பாணியில் ஐந்தாண்டுத் திட்டத்தையும் அடிப்படைத் தொழில்கள் அனைத்தும் அரசுத்துறையாக இருக்க

வேண்டும் எனவும் 'மக்கள் திட்டம்' என்ற பேரில் பொதுவுடைமை இயக்கத்தின் சார்பாக தோழர் எம். என். ராய் ஓர் ஆலோசனையை முன்வைத்தார். இந்திய தேசிய காங்கிரஸ், நேருவின் தலைமையில் பம்பாய் தொழிலதிபர்களான டாட்டா, பிர்லா போன்றோரை உள்ளடக்கிய ஒரு குழுவை நியமித்தது. அக்குழு சமர்ப்பித்த ஆலோசனைகள் 'பம்பாய் பிளான்' என்றும் 'டாட்டா-பிர்லா பிளான்' என்றும் அறியப்பட்டது.

சந்தேகமில்லாமல் புதிய சுதந்திர இந்தியாவின் அரசு பாம்பே பிளானை ஏற்று நடைபோடத் துவங்கியது. அதன்படி, உடனடியாக லாபம் தரும் தொழில்களெல்லாம் தனியார் துறையிலும் அதிகமான முதலீட்டைக்கோரும் சுரங்கங்கள் மற்றும் அடிப்படைக் கட்டுமானங்கள் எல்லாம் பொதுத்துறையிலும் இருக்கட்டும் எனத் தீர்மானிக்கப்பட்டது. அந்தப் பொதுத்துறைகளையும் ஏற்று நடத்தும் வல்லமையும் சக்தியும் தனியாருக்கு எப்போது வளர்கிறதோ அப்போது இருக்கும் பொதுத்துறை நிறுவனங்களையும் தனியார் ஏற்றுக்கொள்ளலாம் என்பதே பாம்பே பிளானின் அடிப்படை. அதன்படியே இந்தியா நடைபோடத் துவங்கியது வரலாறு.

இந்தத் திட்ட இலக்கோடு நம் பொருளாதாரப் பயணம் துவங்கியது. முதல் இரண்டு ஐந்தாண்டுத் திட்டங்கள் நிறைவுற்ற பின்னணியில் (முதல் ஐந்தாண்டுத் திட்டம் 1951-56, இரண்டாவது திட்டம் (1957 -1961) ஏற்பட்டிருந்த பொருளாதார வளர்ச்சி யாருக்கு சாதமாக அமைந்தது என்பதை ஆய்வு செய்து பொதுவுடமை இயக்கத் தலைவர் தோழர் இ. எம். எஸ். நம்பூதிரிபாடு ஒரு நூலை வெளியிட்டார். INDIAN PLANNING IN CRISIS என்கிற அந்நூலின் தொடர்ச்சியாக CRISIS INTO CHAOS என்கிற நூலையும் வெளியிட்டார். சுதந்திர இந்தியாவின் பொருளாதாரம் வளச்சியடைந்தது உண்மைதான். ஆனால் அதன் பலன்கள் எளிய மக்களுக்குப் பகிர்ந்தளிக்கப்படவில்லை: மாறாகப் பொருளாதார இடைவெளி அதிகரித்துள்ளது: இந்தியாவின் டாப் 20 முதலாளிகளே இதனால் பயன்பெற்றுள்ளனர் என்பதைப் புள்ளிவிவரங்களோடு அந்நூல்களில் எடுத்துரைத்தார்.

அதே பாதை காங்கிரஸ் அரசுகளாலும் பாஜக அரசுகளாலும் தொடர்ந்து தீவிரமாகக் கடைப்பிடிக்கப்பட்டதால் உலகப் பணக்காரர்களின் பட்டியலில் மூன்றாவது இடத்தை இந்திய முதலாளி அதானி பிடிக்க முடிந்தது. ஆண்டு வரவு செலவு அறிக்கைகள் இந்த ஐந்தாண்டுத் திட்டங்களுக்கு உடபட்டே அமைந்திருந்தந்து எதிர்பார்க்கத்தக்கதே.

தமிழ்நாட்டைப் பொறுத்த வரை சமூக நீதி, கல்வி, பெண்கல்வி அடிப்படைச் சுகாதாரக் கட்டமைப்புகள் போன்றவற்றில் பிற மாநிலங்களோடு ஒப்பிடுகையில் முன்னணியில் இருப்பதைப் பார்க்கிறோம். இந்த இடத்தை அடையும் வகையில் தமிழ்நாடு அரசின் நிதிநிலை அறிக்கைகள் அமைந்திருக்கின்றன. கடந்த ஆண்டு நிதி நிலை அறிக்கையில்கூட மகளிருக்குக் கட்டணமில்லாப் பேருந்துப் பயணம், உயர்கல்விக்குச் செல்லும் மாணவிகளுக்கு மாதம் 1000 ரூபாய் போன்ற பெண்கள் ஆற்றல் பெற உதவும் திட்டங்கள் அறிவிக்கப்பட்டன. அரசுப் பள்ளிகளின் அடிப்படைக் கட்டமைப்பைச் சீராக்கக் கூடுதல் நிதி ஒதுக்கப்பட்டது. ஆனாலும் இன்னும் போக வேண்டிய தூரம் அதிகம்.

சமீபத்தில் ஓர் அரசு ஆரம்பப் பள்ளிக்குச் சென்றிருந்தேன். பள்ளி மேலாண்மைக்குழு பற்றிப் பேச்சு வந்தபோது அந்தத் தலைமை ஆசிரியை புலம்ப ஆரம்பித்துவிட்டார். "அதெல்லாம் நகரங்களில்தான் சாத்தியம். இதுபோன்ற குக்கிராமங்களில் அன்றாடம் கூலி வேலைக்குப் போனால்தான் சாப்பாடு என்கிற நிலையில் இருக்கும் மக்கள் ஒருநாள் ஊதியம் கொடுத்தால் பள்ளிக்கூடத்துக்கு வருகிறோம்" என்று கூறுவதாகக் கூறினார். பள்ளியைச் சொந்தம் கொண்டாடும் சமூகமாக உள்ளூர் சமூகம் மாற வேண்டும் என்கிற நல்ல நோக்கத்துடன் துவக்கப்பட்டுள்ள இந்தத் திட்டத்தில் பங்கேற்கும் நிலையில் கிராமப்புற மக்களின் பொருளாதார வாழ்க்கை இல்லை. பொதுக் காரியங்களுக்கு நேரம் ஒதுக்கக்கூடிய அளவில் அவர்கள் நிலை இல்லை என்பது ஆட்சியாளர்கள் வரவு-செலவு அறிக்கை வைக்கும்போது கவனத்தில் கொள்ளவேண்டிய முக்கியமான உண்மை. வேளாண் நிதிநிலை அறிக்கை எனத் தனியாக ஓர் அறிக்கை வைக்கப்படும் சூழலில் விவசாயத் தொழிலாளர்களின் குறைந்த பட்ச ஊதியம், விவசாயிகளின் கடன் சுமை போன்றவை அரசின் கவனத்தில் இருக்க வேண்டும். மேட்டை வெட்டிப் பள்ளத்தில் போடுவதுதான் வரவு செலவு அறிக்கையின் சாராம்சமாக இருக்கவேண்டும். பற்றாக்குறை பட்ஜெட் தயாரித்து பற்றாக்குறையை ஈடுகட்ட மக்கள்மீது வரி போடும் நடைமுறை இருக்கக்கூடாது. அது பள்ளத்தை மேலும் பள்ளமாக்கும் செயலாக முடியும். கடையருக்கும் கடையராக இருக்கும் ஏழை மக்களுக்குச் சென்றடையும் வகையில் நிர்வாக அமைப்பும் ஊழலற்றதாக, செயல்படக்கூடியதாக மாற்றியமைக்கப்பட வேண்டும்.

13

'நூறு நாள்' கோபங்கள்

சென்ற வாரம் ஒன்றிய அரசு ஓர் அறிவிப்பை வெளியிட்டது. நூறு நாள் வேலைத்திட்டம் எனப்படுகிற 'மகாத்மா காந்தி ஊரக வேலை உறுதித்திட்ட'த்தில் உடலுழைப்புச் செய்யும் தொழிலாளர்களுக்கான ஊதியத்தை உயர்த்தி அரசு வெளியிட்ட அறிவிப்பு அது. எங்கள் கிராமத்து டீக்கடையில் அச்செய்தியை வாசித்த ஒரு விவசாயி "ப்போ. இதுகளுக்கு சம்பள உயர்வு வேறயா?" என்று கடுப்பாக ஒரு கமெண்ட் அடித்தார். "மரத்தடி நிழலில் முந்தானையை விரிச்சு உறங்கி எந்திரிச்சு வாறதுக்கு சம்பள உயர்வு அவசியந்தான்" என்று இன்னொருவர் பக்க மேளம் வாசித்தார். "ஏழை எளியதுக பொழச்சுட்டுப் போட்டுமேன்னு யோசிக்கமாட்டீங்களா?" என்று நான் குறுக்கே பாய்ந்தேன். "ஏழைகளா இந்தப் பொம்பிளைக, போன்ல ஆர்டர் போட்டு தினம் மதியம் பைக்கிலே பிரியாணி வாங்கிச் சாப்டுறாப்புல. நல்லாச் சொல்ல வந்திட்டீக" என்று என் பந்தைத் திருப்பி அடித்தார் முதலாமவர்.

சம்பள உயர்வு ஒன்றும் ஓகோ என்று இல்லை. 281இலிருந்து 293ஆக உயர்கிறது. ஒரு பத்து ரூபாய்தான் உயர்வு. கிராமப்புற மற்றும் நகர்ப்புற நடுத்தர வர்க்கத்தாரிடையே இந்த "நூறு நாள் வேலைத்திட்ட எதிர்ப்புணர்வு' அது வந்த காலம்தொட்டே இருந்து வருகிறது. 2005ஆம் ஆண்டு திரு. மன்மோகன் சிங் ஆட்சிக்காலத்தில் இடதுசாரிகள் தந்த அழுத்தத்தால் இத்திட்டம் அமலுக்கு வந்தது. அதுவும் எத்தகைய பின்னணியில்? 1995 முதல் ஏறுமுகமாக இருந்த விவசாயிகள் தற்கொலை என்கிற பின்னணியில். 1995க்கும் 2014க்கும் இடைப்பட்ட ஆண்டுகளில் மட்டும் 60 ஆயிரத்துக்கும் மேற்பட்ட விவசாயிகள் தற்கொலை செய்துகொண்டனர். கடன் சுமை, விளைச்சல் இன்மை, வறுமை, நிவாரண உதவிகளில் ஊழல் எனப்பல காரணங்களால் இத்தற்கொலைகள் நிகழ்ந்தன.

பத்திரிகையாளர் பி.சாய்நாத் இந்தியாவின் பல மாவட்டங்களுக்கும் பயணம் செய்து கிராமப்புற மக்களை வாட்டும் வறுமை குறித்து 'டைம்ஸ் ஆப் இந்தியா'விலும் 'தி இந்து' விலும் மனம் துடிக்கக் கட்டுரைகள் எழுதி இந்தியாவின் மனச்சாட்சியைத் தட்டி எழுப்ப முயன்றுகொண்டிருந்தார். 'தி

இந்து' ஆங்கில நாளிதழின் Rural affairs Editor ஆக சாய்நாத் ஆற்றிய பணிகளின் தொகுப்பாக 'நீரோவின் விருந்தினர்' என்கிற ஆவணப்படம் (இயக்கம்-தீபா பாட்டியா) 2009இல் வெளியாகி அதிர்வலைகளை ஏற்படுத்திக்கொண்டிருந்தது. அப்படத்தின் மையக்கருத்து மராட்டிய மாநிலத்தின் விவசாயிகள் தற்கொலைதான்.

"ரோம் நகரம் தீப்பற்றி எரிந்தபோது நீரோ மன்னன் பிடில் வாசித்துக்கொண்டிருந்தான்" என்கிற வாசகம் உலகப்புகழ் பெற்றது. மக்களின் பாடுகளைப்பற்றிக் கவலைப்படாத ஆட்சியாளர்களைக் குறிக்க இவ்வாசகம் உலகெங்கும் பயன்படுத்தப்பட்டு வருகிறது. 'நீரோவின் விருந்தினர்' ஆவணப்படம் நீரோ மன்னனின் இன்னொரு கொடூர முகத்தையும் அறிமுகம் செய்தது. அடிக்கடி வெளிநாட்டு மன்னர்களை தன்னுடைய விருந்தினர்களாக ரோமாபுரிக்கு வரவழைத்து நீரோ விருந்தளிப்பானாம். அந்த விருந்து மண்டபத்தில் வெளிச்சம் வேண்டும் என்பதற்காக அடிமைகளை தலைகீழாகக் கட்டித் தொங்கவிட்டு அவர்கள் மீது நெருப்பை வைத்து எரிப்பானாம். என்ன கல் நெஞ்சன்! மன்மோகன் சிங் அவர்களின் பொருளாதாரக் கொள்கை பன்னாட்டு முதலாளிகளுக்கு ரத்தினக்கம்பளம் விரித்து வரவேற்பதாக இருந்தது. அந்த விருந்தினருக்காக இந்தியாவின் விவசாயிகளைக் கொளுத்தி வெளிச்சம் போடுகிறார்கள் என்பதுதான் அந்த ஆவணப்படத்தின் விமர்சனம். நீரோ மட்டுமா குற்றவாளி? நீரோவின் விருந்தினர்களும் குற்றவாளிகள். விவசாயிகள் எரிந்து கருகுவதைக்கண்டும் மௌனம் காக்கும் நாம் அனைவருமே குற்றவாளிகள் என்று அப்படம் நம்மை நோக்கியும் விரல் சுட்டியது. இரண்டாண்டுகளுக்கு மேலாக டெல்லியை முற்றுகை இட்டு விவசாயிகள் போராடிக்கொண்டிருந்தபோது மவுனம் காத்த மாண்புமிகு மோடிஜி ஆட்சி வரைக்கும் அந்தச் சுட்டுவிரல் நீள்கிறது என்பதைச் சொல்ல வேண்டியதில்லை.

முற்றிலும் விவசாயம் கைகொடுக்காத பின்னணியில் விவசாயிகளும் லட்சக்கணக்கில் விவசாயக்கூலிகளாக இறக்கம் பெற்று வந்த பின்னணியில் பட்டினிச்சாவைத் தவிர்க்கும் நல்லெண்ணத்தில் குறைந்தபட்சமாக ஆண்டுக்கு 100 நாட்களுக்கு அரசு வேலை கொடுத்து 'உயிர்த்தண்ணி' ஊற்றும் ஏற்பாடுதான் இந்த மகாத்மா காந்தி ஊரக வேலை உறுதித்திட்டம் என்பதை நடுத்தர வர்க்கம் மறந்து விடுகிறது.

உள்ளூர் விவசாயிகளுக்கு என்ன கோபம் என்றால் குறைந்த கூலிக்கு வந்துகொண்டிருந்த விவசாயத் தொழிலாளிகளை இந்தத்

திட்டம் அந்தப்பக்கம் இழுத்துக்கொண்டு போய்விட்டதே என்பது. விவசாயிகள் வாழ்க்கையும் விவசாயத்தொழிலும் கடுமையான நெருக்கடியைச் சந்தித்துக்கொண்டிருக்கும்போது அரசின் மீது வரவேண்டிய கோபம் இந்தப் பாவப்பட்ட ஏழை உழைப்பாளிகள் மீது பாய்கிறது. இந்த மடைமாற்றத்தை நடுத்தர வர்க்கம் ஆதரிக்கிறது.

வேலை பார்க்காமல் அவர்கள் சம்பளம் வாங்குவதாக புகார் சொல்லும் இந்த நியாயன்மார்கள் பி. சாய்நாத்தின் கட்டுரைகளை வாசிக்க வேண்டும் எனப் பணிவன்புடன் கேட்டுக்கொள்கிறோம். தமிழிலேயே அவருடைய நூல் 'ஒரு நல்ல வறட்சியை எல்லோரும் நேசிக்கிறார்கள்' (பாரதி புத்தகாலய வெளியீடு) வெளிவந்திருக்கிறது.

ஒரு நினைவு வந்து அலையடிக்கிறது. 2008இல் விழுப்புரம் மாவட்டம் ரெட்டணை கிராமத்தில் இந்த நூறு நாள் வேலைத் திட்டத் தொழிலாளிகளுக்குத் தரவேண்டிய ரூ.80 தினக்கூலியைக் குறைத்துக் கொடுத்ததால் அவர்கள் சாலை மறியலில் ஈடுபட்டனர். காவல்துறை தடியடி நடத்தித் துப்பாக்கிச்சூடும் நடத்தியது. அச்சம்பவம் குறித்துப் பேசிய அன்றைய அமைச்சர் ஒருவர் "வேலை செய்யாமல் ஊதியம் வாங்கும் எண்ணம் தொழிலாளர்களிடம் வளர்ந்து வருவதாக" பத்திரிகைகளுக்குப் பேட்டி அளித்தார்.

எல்லோருமே யோக்கியமாக இருப்பதுபோலவும் 60 ரூபாய் தினக்கூலி பெறும் தொழிலாளிகள்தாம் பிராடு செய்வதுபோலவும் பேசுகிறவர்களின் மனச்சாட்சியை எதைக்கொண்டு அடித்து எழுப்புவது? மகளிர் உரிமைத்தொகைபோல இந்த ஏழை மக்களுக்கு சும்மா காசு கொடுத்தாலும் தப்பில்லைதான். சமூக நலத்திட்டங்களை அரசுகள் கை கழுவும் போக்கு இந்தத் தனியார் மயக்காலத்தில் அதிகரித்து வரும்போது சுகாதாரம், கல்வி போன்ற அடிப்படைத் தேவைகளுக்கான செலவுகள் அதிகரித்துவருவதும் அவற்றைத் தொழிலாளர்கள் தம் குறைந்த கூலியைக்கொண்டே சந்திக்க வேண்டியிருப்பதும் கள யதார்த்தம். பட்டினிச்சாவு தமிழகத்தில் இல்லாமல் இருக்கலாம். ஆனால் வறுமை என்பது பட்டினி என்கிற ஒரே ஒரு குறியீட்டால் மட்டும் அளவிடப்படுவதில்லை. சுகாதாரம், கல்வி, சுற்றுச்சூழல், குடியிருப்பு, சத்தான உணவு எனப் பல காரணிகள் இருக்கின்றன. இந்தப் பின்னணியில்தான் இலவசங்களை நாம் வரவேற்க வேண்டியுள்ளது. நூறு நாள் வேலைத்திட்டத்தையும் வற்புறுத்த வேண்டியிருக்கிறது. கொஞ்சம் யோசியுங்கள் நியாயன்மாரே...

14
புத்தகமும் புத்தகம் சார்ந்தும்

ஒவ்வொரு ஆண்டும் ஏப்ரல் 23 உலகப் புத்தக தினமாகக் கொண்டாடப்படுகிறது. வில்லியம் ஷேக்ஸ்பியர் உள்ளிட்ட பல எழுத்தாளுமைகளின் பிறந்த மற்றும் நினைவு நாட்கள் அந்தத் தேதியில் வருவதால் 1995 முதல் யுனெஸ்கோ நிறுவனம் அத்தேதியை உலகப் புத்தக மற்றும் பதிப்புரிமை நாளாகக் கொண்டாடி வருகிறது. தமிழகத்திலும் ஆங்காங்கு சில பதிப்பகங்களும் வாசகர்களும் இணைந்து ஆண்டுதோறும் நடத்தி வருகிறார்கள்.

உலகில் தம் வாழ்நாளில் ஒரு வரிகூட எழுதாமல் மரித்துப்போகிறவர்கள் பல கோடிப்பேர் உண்டு. ஆனால் வாசிக்காமல் எவரும் வாழ்ந்துவிட முடியாது. அச்சிடப்பட்ட புத்தகங்களை வாசிப்பது மட்டுமே வாசிப்பு அல்ல. ஒரு தாய் குழந்தையின் முகபாவங்களிலிருந்தும் அழுகையிலிருந்தும் குழந்தையின் தேவையை வாசிக்கிறார். ஓர் ஓட்டுநர் சாலைகளில் நிறுவப்பட்டுள்ள குறியீடுகளை வாசித்து வண்டி ஓட்டுகிறார். ஒரு கடற்பயணி வரைபடத்தை வாசித்துக் கப்பலைத் திருப்புகிறார். ஒரு தொல்லியலறிஞர் ஒரு கல்வெட்டையோ, ஒரு மண்பாண்டத்தையோ வாசித்து நம் முன்னோர்களின் வாழ்க்கைத் தடங்களைக் கண்டுபிடிக்கிறார். ஒரு விவசாயி நெற்றியில் கை வைத்து கண்களைச் சுருக்கி வானத்தைப் பார்த்துக் கால நிலையையும் மழைக்கூறையும் வாசிக்கிறார். என்றாலும் இவை யாவற்றையும்விட உன்னதமான வாழ்வனுபவங்களைப் புத்தக வாசிப்பு தரும். நம்மைத் துரத்தும் வாழ்க்கை நெருக்கடிகளிலிருந்து தப்பித்துத் தஞ்சம் புகுகின்ற அகதிகள் முகாம்களாகப் புத்தகங்களே எப்போதும் திகழ்கின்றன. நாடற்றவர்களாக்கப்பட்ட மக்கள் வாழ ஒரு நிலப்பரப்பைத் தருபவையாகவும் வாசிக்கப்படும் புத்தகங்களே இருக்கின்றன.

எல்லா வாசிப்புகளுமே கண்களால் துவங்குபவை. கண்களே இந்த உலகில் மனிதர் அடியெடுத்து வைப்பதற்கான நுழைவாசல்

இடையிலாடும் ஊஞ்சல் | 49

என்கிறார் ஆல்பர்ட்டோ மாங்குஎல் (A HISTORY OF READING BY ALBERTO MANGUEL). எழுத்து எனப்படும் குறியீடுகளின் மீது கண்களை ஓட்டிப் பொருள் கொள்ளும் வித்தையை வாசிப்பு என்கிறோம். கல்வெட்டுகளிலும் ஓலைச்சுவடிகளிலும் மரப்பட்டைகளிலும் என எழுத்து வடிவில் தமிழர்களும் எழுதி வந்தார்கள். பின்னரே அச்சுப்புத்தகம் வந்தது. இந்திய மொழிகளில் அச்சேறிய முதல் மொழி தமிழ் மொழி என்கிற பெருமை நமக்குண்டு.

கொஞ்சம் வரலாறு தம்பிரான் வணக்கம் என்கிற நூலே தமிழின் முதல் அச்சுப்புத்தகம். (தமிழ் அச்சுத்தந்தை அண்ட்ரிக் அடிகளார்- ஆ. சிவசுப்பிரமணியன்- உலகத்தமிழாராய்ச்சி நிறுவன வெளியீடு) கி.பி. 1439இல் ஜெர்மனியைச் சேர்ந்த ஜான் கூட்டன்பர்கு என்பவர் சிறிய மரத்துண்டுகளில் தனித்தனி எழுத்துகளைச் செதுக்கி அச்சுத் தொழிலுக்கு முதன்முதலில் அடிகோலினார். கூட்டன்பர்க்கின் ஏற்பாட்டுடனும் பாஸ்ட்டின் ஒத்துழைப்புடனும் ஸ்கோபரின் கைவண்ணம் பட்டும் கி.பி.1455இல் அச்சுக்கலை இன்னும் செம்மையாக உருவாகியது.

கிறித்தவச் சமய ஊழியத்திற்காகப் போர்ச்சுகலிலிருந்து ஆப்பிரிக்காவிலுள்ள அபிசீனியாவுக்குக் கப்பலில் அனுப்பப்பட இருந்த அச்சுகளும் அச்சியந்திரமும் அச்சடிப்பாளரும் பாதிரிமாரும் காலநிலை சரியில்லாததால் இந்தியாவிலுள்ள கோவாவில் வந்து இறங்கும்படி நேரிட்டது. இந்த வகையில் அச்சுக் கலை 6-9-1556ஆம் ஆண்டு இந்தியாவிற்குள் தற்செயலாக வந்து கரை சேர்ந்தது. புதிதாகக் கிறித்தவ மதத்திற்கு மாறியவர்களுக்குப் பயன்படக் கூடிய அளவில் துண்டு வெளியீடுகளையும் நூல்களையும் அச்சிடத் திட்டமிட்டனர் பாதிரிமார்கள். ஆனால் அச்சுக் கருவிகளுடன் வந்திறங்கிய மதபோதகர் திடீரென இறந்து விட்டதால் அச்சுக் கருவிகளைக் கையாள்வதற்குப் பல நாட்கள் பிடித்தது.

20-2-1557இல் ஹென்றி ஹென்றி குவிஸ் பாதிரியார் என்ற அண்ட்ரிக் அடிகளார்; தம்பிரான் வணக்கம் என்ற 16 பக்கங்கள் கொண்ட துண்டு வெளியீட்டைக் கொல்லத்தில் அச்சடித்து வெளியிட்டார். தமிழ் எழுத்து அச்சுகளில் வெளிவந்த முதல் நூலாக இது அமைந்தது, உலகப்புத்தக தினத்தில் அண்ட்ரிக் அடிகளாரை நாம் நினைவுகூர வேண்டும். அன்று தொடங்கிய தமிழரின் புத்தகப்பயணம் இன்று மாவட்டம் தோறும் பல்லாயிரம்

புத்தகங்களுடன் புத்தகக்கண்காட்சிகளாகத் தொடர்ந்து கொண்டிருக்கிறது.

ஒரு மாபெரும் வாசிப்பு இயக்கத்துக்குப் பள்ளிக் கல்வித்துறையும் திட்டமிடுவது கூடுதல் மகிழ்ச்சி. நாங்கள் 90களில் அறிவொளி இயக்கத்தை நடத்திக்கொண்டிருந்தபோது அதில் இணைந்து கற்ற புதிய கற்றோரிடம் தொடர்ந்து "புத்தகம் வாசிங்க. இடைநில்லாமல் வாசிங்க. இல்லாவிடில் எழுத்து மறந்து போகும்" என்று சொல்லிக்கொண்டே இருப்போம். அப்போது மக்கள் கேட்ட கேள்வி இப்போதும் மறக்க முடியாதது. "சுமா சும்மா எங்களையே படி படின்னு சொல்றீங்களே. இந்த ஊரில் எத்தனை பேர் படிச்சவங்க இருக்காங்க, அவங்க ஒரு நாளும், புத்தகம் எடுத்து வாசிச்சுக் கண்ணால நாங்க பார்த்ததில்லே. அவங்களை முதல்ல படிக்கச்சொல்லுங்க சார்..."

பள்ளிக்கல்வியோ கல்லூரிக்கல்வியோ முடித்தவர்கள் "படித்து முடித்த" களைப்பில் அப்புறம் எப்போதும் புத்தகத்தைக் கையில் எடுப்பதில்லை. நம்முடைய தேர்வு முறைகள் புத்தக விரோதிகளைத் தயாரிக்கவே உதவுகின்றன. அந்தப் பட்டியலில் ஆசிரியர், பேராசிரியர் பெருமக்களும் இருக்கிறார்கள். வாசிப்பின் இன்பத்தை அனுபவிக்காத ஓர் ஆசிரியர், மாணவர் உள்ளங்களில் வாசிப்பு நெருப்பைப் பற்ற வைக்க முடியுமா?

"ஒவ்வொருவரும் தன்னுடைய மாத வருமானத்தில் 10 சதவீதத்தையாவது புத்தகங்கள் வாங்கச் செலவிட வேண்டும்" என்றார் அண்ணல் அம்பேத்கர். அவரே 45,000 புத்தகங்கள் கொண்ட பெரிய நூலகத்தைத் தன் வீட்டில் எழுப்பியிருந்தார். நூலகத்தில் எடுத்த புத்தகத்தைப் பார்க்கிலும் நாமே சொந்தமாக வைத்திருக்கும் புத்தகத்துக்கும் நமக்குமான உறவு மிக அந்தரங்கமானது. உணர்வுப்பூர்வமானது.

நான் மிக இளவயதில் வாசித்த ஒரு புத்தகத்தை 25 ஆண்டுகள் கழித்து இப்போது வாசிக்கையில், அன்று நான் அடிக்கோடிட்டு வாசித்திருந்த பக்கங்களைப் பார்த்து எனக்கே சிரிப்பை அடக்க முடியவில்லை. இதையெல்லாம் பெரிய விசயமென்று கொண்டாடியிருக்கிறோமே என்று என் மீதே எனக்கு ஒரு எள்ளல். மறுவாசிப்பு என்றால் படித்த புத்தகத்தை ஒரு கால இடைவெளிக்குப்பின் மீண்டும் வாசிப்பது அல்ல. நம்மை நாமே மறுவாசிப்புச் செய்துகொள்ள அந்தப் புத்தகப்பிரதி ஒரு சாட்சி

போல நிற்கிறது. இன்னொருபுறம் இதையெல்லாம் கூட ரசிக்கிற அப்பாவியாக நாம் இருந்திருக்கிறோம். அந்த அப்பாவியை இப்போது தொலைத்துவிட்டோமே என்றும்கூடத் தோன்றும். ஒரு நிலைக்கண்ணாடியைப்போல நின்று புத்தகம் நம்மை நமக்கே அடையாளம் காட்டுகிறது.

புத்தகங்களை வாங்க வைப்பதற்கு எப்படியெல்லாம் மக்களை ஏய்த்துப் பேசி வரவழைக்க வேண்டியிருக்கிறது. ஒரு மாவட்டத் தலைநகரில் ஒரு புத்தகக்காட்சியைச் சிறப்பாக நடத்த வேண்டுமானால் ஒரு கோடி வரை பணம் செலவாகிறது. ஆட்டம் பாட்டம் கொண்டாட்டம் எல்லாம் வைத்து மக்களை நாலு புத்தகம் வாங்க வைக்கப் படாதபாடு படவேண்டியிருக்கிறது. சேலத்தில் 'பாலம்' என்கிற புத்த நிலையம் வாரம் ஒரு புத்தக அறிமுகம் என்று இடைவிடாமல் 500 கூட்டங்கள் நடத்தியிருக்கிறார்கள்.

புத்தகங்களின் மீது காதலை வளர்க்கும் இடங்களாகக் குடும்பங்களும் வகுப்பறைகளும் மாறினால்தான் விடிவு பிறக்கும். புத்தக வாசிப்பில் மாபெரும் உடைப்பு ஏற்படும்.

15

இலக்கியத்தில் வர்க்கங்கள்

தென்னிந்தியாவின் முதல் கம்யூனிஸ்ட்டான தோழர் சிங்காரவேலர் முன்முயற்சியில் 1923ஆம் ஆண்டு மே 1 அன்று இந்தியாவிலேயே முதன்முறையாக சென்னைக் கடற்கரையில் இரண்டு இடங்களில் செங்கொடி ஏற்றி மே தினம் கொண்டாடப்பட்டதை அறிவோம், அந்தக் கூட்டத்தில் கிசான் லேபர் பார்ட்டி என்கிற ஓர் புதிய கட்சியையும் அவர் துவக்குவதாக அறிவிக்கிறார். மேதினத்துக்குப் பாத்தியப்பட்டவர்கள் தொழிலாளிகளும் விவசாயிகளும் விவசாயக்கூலிகள் என அறியப்பட்ட விவசாயத் தொழிலாளர்களும்தானே, இந்த நூற்றாண்டு காணும் மே தினத்தில் நவீன தமிழ் இலக்கியத்தில் உழைப்பாளர்கள் பற்றி என்ன மாதிரியெல்லாம் எழுதியிருக்கிறார்கள் என்று ஒரு பருந்துப்பார்வை பார்த்தால் சில சுவையான குறிப்புகள் கிடைக்கின்றன.

முதலில் நம் கவனத்தை ஈர்ப்பது பாரதி எழுதிய ஆறிலொரு பங்கு' என்னும் கதையே. இந்தச் சிறுகதையை பாரதியார் 1913-ஆம் ஆண்டில் எழுதியிருக்கிறார். இந்தச் சிறுகதைக்கு பாரதி எழுதிய முகவுரையில், 'ஒரு சாதி, ஓர் உயிர், பாரத நாட்டில் உள்ள முப்பது கோடி ஜனங்களும் ஒரு சாதி. வகுப்புகள் இருக்கலாம், பிரிவுகள் இருக்கலாகாது. வெவ்வேறு தொழில் புரியலாம். பிறவி மாத்திரத்தாலே உயர்வு-தாழ்வு என்ற எண்ணம் கூடாது. மத பேதங்கள் இருக்கலாம், மத விரோதங்கள் இருக்கலாகாது. இந்த உணர்வே நமக்கு ஸ்வதந்திரமும் அமரத்தன்மையும் கொடுக்கும். வேறு வழியில்லை. இந்த நூலை பாரத நாட்டில் உழவுத்தொழில் புரிந்து நமக்கெல்லாம் உணவு கொடுத்து ரட்சிப்பவர்களாகிய பள்ளர், பறையர் முதலிய பரிசுத்த தன்மை வாய்ந்த வைசிய சகோதரர்களுக்கு அர்ப்பணம் செய்கிறேன்' என்று எழுதினார்.

பள்ளர், பறையர் சாதி மக்களை, பாரதி 'வைசியர்' என்று குறிப்பிடுவதை உற்று நோக்கவேண்டும். நால் வருணங்களிலும்

சேர்க்காமல், 'பஞ்சமர்' என இந்திய (இந்து) சமூகம் அவர்களை வைத்துக்கொண்டிருந்த காலத்தில், பாரதி அவர்களை 'வைசியர்; எனக் குறிப்பிடுவது காலத்தைத் தாண்டிய புரட்சிகரமான கருத்தே.

பாரதியைத் தொடர்ந்து புதுமைப்பித்தன் தன்னுடைய 'இது மிஷின் யுகம்' கதையில் ஓட்டலில் வேலை பார்க்கும் ஒரு சர்வர், வந்து உட்கார்கிற வாடிக்கையாளர்கள் அதிகாரத்தொனியில் இடும் கட்டளைகளுக்கெல்லாம் முகத்தில் எந்தப் பாவமுமின்றி இதோ கொண்டு வரேன் சார்! என்கிற உணர்ச்சியற்ற வார்த்தைகளுடன் ஓடி ஓடி ஒரு யந்திரமாகவே மாறிவிட்டிருப்பதைக் கூர்மையாக விவரித்திருப்பார். சார்லி சாப்ளின் நடித்து இயக்கிய 'மாடர்ன் டைம்ஸ்' படத்தில் மனித உழைப்பாளிகள் எந்திரத்தோடு இன்னொரு யந்திரமாக ஆக்கப்படுவதைக் கடுமையாக விமர்சித்திருப்பார். அப்படத்துக்கு இணையான ஓர் உணர்வை நம்முள் தூண்டும் கதை இந்த மிஷின் யுகம் கதை.

பண்ணை அடிமைகளாக சாட்டையடியும் சாணிப்பாலும் தண்டனையாகப் பெற்ற கீழத்தஞ்சை தொழிலாளிகளின் வாழ்க்கை இலக்கியத்தில் வர 60கள் வரை காத்திருக்க வேண்டியிருந்தது. கம்யூனிஸ்ட் இயக்கம் சார்ந்த படைப்பாளிகளானக்கு. சின்னப்பபாரதி, டி.செல்வராஜ், பொன்னீலன், சோலை சுந்தரபெருமாள் போன்றோர் வந்துதான் அது எழுதப்பட்டது. ஆனால் அதற்கு முன்பே 1940களின் மகத்தான படைப்பாளியான கு. ப. ராஜகோபாலன் 'பண்ணைச் செங்கான்' என்றொரு கதையை எழுதிவிட்டார்,

'பண்ணைச் செங்கான்' கதையில் குத்தகையைக் குறைத்துக் கொடுத்து நில உடைமையாளரை ஏமாற்றும் ஒரு குத்தகை விவசாயியாக 'பறச்செங்கான்' எனப்படும் செங்கான் வருகிறார். அந்தக் கிராமத்திலேயே வயது முதிர்ந்த கிழ உழைப்பாளி அவர்தான். கதை சொல்லும் நில உடைமையாளரின் தாத்தா காலத்திலிருந்து பறச்செங்கான்தான் அவர்கள் நிலத்தைச் சாகுபடி செய்கிறார்.

"காலாவதி காலத்தில் நான் வருஷா வருஷம் என் கிராமத்திற்குப் போய்விட்டு வருவது வழக்கம். நான் போகாவிட்டால் செங்கான் விடமாட்டான். அவன் கொடுத்ததை வாங்கிக்கொண்டு வருவேன். பாதிப்பணம் போய் வருவதில் செலவாகி விடும். அவன் கொடுக்கும் குத்தகை என் பாட்டனார் காலத்தில் ஏற்பட்டது. பக்கத்து நிலங்களுக்கெல்லாம் குத்தகை இரட்டித்து விட்டது.

அந்தத் தடவை நான் கிராமத்துக்குப் போயிருந்தபொழுது எல்லோரும் என்னைப் பரிதாபப் பார்வையுடன் பார்த்தார்கள். சிலர் கிட்டே நெருங்கி யோசனை சொன்னார்கள்.

'ஊரெல்லாம் குத்தகை ஏறிப்போச்சு. உங்களை மட்டும் அவன் ஏமாற்றுகிறான்' என்று சொல்லிக்கொண்டு ஒருவர் முன் வந்து தாம் ஓர் ஆளை இரண்டு பங்கு குத்தகைக்குப் பேசி விடுவதாகச் சொன்னார்.

நான் எப்பொழுதும் தாட்சண்ணியப் பிரகிருதி. புது மனிதன்கூட ஒரே நிமிஷத்தில் என் தலைமேல் ஏறிவிடுவான். நான் மெள்ள ஞெஞ்ஞ மிஞ்ஞவென்று சொன்னதை அந்த மனிதன் காதிலேயே போட்டுக்கொள்ளவில்லை. வேறு ஆளைப் பேசி என் பேருக்குக் குத்தகைச் சீட்டு எழுதி வாங்கிக்கொண்டு வந்து என்னிடம் கொடுத்து விட்டார். 'இதை எப்படிச் செங்கானிடம் சொல்வது? அவனை எப்படி அப்புறப்படுத்துவது?' என்பவைகளே எனக்குப் பெரிய பிரச்னைகளாகிவிட்டன.

இதுபற்றி செங்கானுக்கும் அரசல் புரசலாகக் காதில் விழுந்திருக்கணும். அதைக் கதையில் கு. ப. ரா. சொல்லவில்லை. மறுநாள் வயலில் வரப்பில் என நடந்துகொண்டே அவர்கள் இருவரும் பேசும் பேச்சில் நில உடைமையாளரின் மனம் மாறிவிடுகிறது.

"ஏஞ்சாமி, என்னைவிட்டு நெலத்தை மாத்தணும்னு ரோசெனெயா? என் உசிரிலே இன்னொருத்தன் அதுலே ஏறு பிடிக்கவா? முடியுமா எங்கணாச்சியும்? என் நெலத்துலே எவன் நொளைவான்? பாக்கறேன். அந்த மண்ணு தான் அவனுக்கு வெளெய்வாளா?"

'நாப்பது வருசமா என் கையாலே வரப்புப் பிடிச்சி... வாய்க்கா பிடிச்சி...பெரியய்யா இருந்தா என்னெ வுட்டு மாத்தணும்னு நெனப்பாங்களா? -மண்ணெக் கண்ணாக் காப்பாத்தி" என்று சொல்லி வந்தவன் திடீரென்று நின்று "நான் வுடமாட்டேஞ்சாமி!" என்றான்.

என் மனதில் ஒரு தீர்மானத்திற்கு வந்து விட்டேன். "நான் மாற்றுகிறேன் என்று உன்னிடம் சொல்லவில்லையே!" என்றேன். "அதானே கேட்டேன். ஒரு கலம், அரைக்கலம் நீங்க சாப்பிடறது நான் சாப்பிட்டா என்ன-இந்த வயக்காட்டிலே நான் பட்ட பாட்டுக்கு? நெத்தி வேர்வ நெலத்திலே விள எம்பாங்க-அது

எனக்கல்ல தகும்! ராப்பவலா எவன் என்னெப்போல காட்டுலே கிடப்பான். ரவைக்கு ரவெ தாவத்துக்குத் தண்ணி கொடுக்கறாப்பேலே தண்ணி கட்டுவான்?- நேரமறிஞ்சு? நம்ம காட்டு லச்சுமி என்னோடே பேசுவாளே!

ஒரு வருசம் சூறை உண்டா, சாவி உண்டா, தரிசுண்டா? மூணாம் வருசம் மளெ இல்லாதப்பக்கூட பயிரேத்திப்பிட்டேனே! இந்த வயக்காட்லே ஔச்சேதான் நான் சாவணும் சாமி! இதே வுட்டா நான் செத்துப்போவேன்!" பண்ணைச் செங்கான் கொடுப்பது போதும் என்று கதை முடிக்கிறார் கு. ப. ரா.

உண்மையில் இது ஒரு மிக முக்கியமான காலப்பதிவு. '30 களில் சென்னைப்பட்டணத்தில் காலனிய அரசாங்கத்தில் உயர்பதவிகள் உருவான காலத்தில் அதைக் குறி வைத்து கும்பகோணம் மற்றும் மேலத்தஞ்சை வட்டார பிராமண நில உடைமையாளர்கள் தங்கள் நிலங்களை மேற்பார்வை பார்த்துக்கொண்டிருந்த காரியக்காரர்களான பிற்பட்ட சாதிக்காரர்கள் பொறுப்பில் குத்தகைக்கு விட்டுச்சென்றனர். இக்கதையில் வருவதுபோல வெகுசில பண்ணையார்கள் தங்களிடம் பண்ணையாட்களாக இருந்த தாழ்த்தப்பட்ட உழைப்பாளிகள் பொறுப்பிலும் விட்டுச்சென்றனர். கும்பகோணம் பகுதியில் நில உடைமை, பிராமணர்களிடமிருந்து பிற்பட்ட சாதிக்காரர்களிடம் கை மாறிய வரலாற்றின் துவக்கப்புள்ளி இக்கதையின் காலமாகும். 1934இல் இக்கதையை கு.ப.ரா. 'மணிக்கொடி'யில் எழுதியிருக்கிறார்.

பண்ணைச் செங்கானின் அழுத்தமான குரல் இக்கதையில் பதிவாகியிருப்பது குறிப்பிடத்தக்கது. "நிலம் வேண்டுமானால் உன் பெயரில் இருக்கலாம், ஆனால் உழைத்து அதைக் 'காட்டு லட்சுமி'யாக மாற்றியது நானும் என் வியர்வையும்" என்று பிசிறற்ற குரலில் பேசுகிறார் செங்கான். அதன் நியாயத்தை 'அப்பாவி' நில உடைமையாளரான கு.ப.ரா., ஏற்றுக்கொண்டது போல எல்லாப் பண்ணையார்களும் 30 களில் ஏற்றுக்கொண்டு விடவில்லை என்கிற பரந்த புறநிலை உணமையை கு.ப.ரா., எழுதவில்லை. தன்னளவில் கதையை முடித்துக்கொள்கிறார். பல வழக்குகளுக்குப் பின், பஞ்சாயத்துக்களுக்குப் பின்தான் நில உடைமை உறவுகள் நிலை நிறுத்தப்பட்டன.

செங்கொடி இயக்கத்தின் தொடர்போராட்டங்களின் விளைவாக குத்தகை விவசாயிகளை நிலத்தைவிட்டு வெளியேற்ற முடியாதபடிக்கு 'குத்தகை விவசாயிகள் பாதுகாப்புச் சட்டம்' பின்னர் 1952இல் வந்தது தனிக்கதை. சி.சு.செல்லப்பாவின்

கதைகளில் நிலவும் காலம் என்பது தமிழகத்தில் பெரு நிலவுடைமையாளர்களாகப் பார்ப்பனர்கள் இருந்த ஒரு காலம். இடைநிலைச் சாதிகள் நில உடைமையாளர்களாக இன்னும் எழுந்து வந்திராத நேரம். ஆகவே, பெரும்பாலும் அவர் கதைகளில் பண்ணையார்களாக, மிராசுகளாகப் பிராமணர்களே இருப்பார்கள். அவர்களின் நிலங்களில் கூலி வேலை செய்பவர்களாக, மேய்ப்பவர்களாக, பண்ணை பார்க்கிறவர்களாக இடைநிலைச் சாதிகள் மற்றும் தாழ்த்தப்பட்ட சாதிகளைச் சேர்ந்தவர்கள் இருப்பார்கள்.

பண்ணையார்களின் முன், அவர்களின் பவ்யமும் அடங்கிப் பதில் பேசுவதும் அதைப் பண்ணையார்கள் அவர்களுக்கே உரிய மேதாவித்தனத்துடன் எதிர்கொள்வதுமான அன்றைய வாழ்வியல் கூறுகள் செல்லப்பாவின் கதைகளில் விரிவாகப் பதிவாகியிருப்பதைக் காணலாம். அவர், சாதிகளைக் கடந்த மனித சாரத்தைத்தான் எழுதினார். ஆனால், அன்றைய காலத்து வாழ்க்கையை அதன் யதார்த்தம் பிசகாமல் எழுதியதில் காலத்தின் சாதியக் கட்டுமானம் குறித்த பதிவாகவும் கதைகள் முக்கியத்துவம் பெறுகின்றன. அவருடைய 'வாழ்க்கை' சிறுகதை, இதற்குச் சிறந்த எடுத்துக்காட்டு. நகரத்துக்கு வாழப்போய்விட்ட பிராமண மிராசுதார், அறுவடை நாளன்று மட்டும் கிராமத்துக்கு வந்து வயல் வெளியில் வெயிலில் நிற்பார். அவரோடு வேடிக்கை பார்க்க வந்த கல்லூரி மாணவனான மருமகன் மொழியில் இக்கதை சொல்லப்படுகிறது. 40களிலிருந்து 70கள் வரையிலுமே மே தின ஊர்வலங்களில் விவசாயிகளும் பஞ்சாலைத் தொழிலாளிகளும்தான் முன்னணியில் நிற்பார்கள். பஞ்சாலைத் தொழிலாளிகளின் வாழ்வும் போராட்டமும் பற்றி தொ.மு.சி. ரகுநாதன் 'பஞ்சும் பசியும்' நாவலில் எழுதினார். கு.சின்னப்ப பாரதியின் 'தாகம்'. டி.செல்வராஜின் 'மலரும் சருகும்' போன்றவை அடுத்தடுத்து வெளியாகின.

64இல் ஒன்றுபட்ட கம்யூனிஸ்ட் கட்சி இரண்டானது. 1970இல் சிஐடியூவின் உதயத்துடன் ஒன்றுபட்ட செங்கொடி தொழிற்சங்கமும் இரண்டானது. 1974இல் இந்திய வரலாற்றின் மிகப் பிரமாண்ட வேலைநிறுத்தம் நிகழ்ந்தது. 17லட்சம் ரயில்வே ஊழியர்கள் தங்கள் நியாயமான கோரிக்கைகளுக்காக ஸ்டிரைக் செய்தனர். 20 நாட்கள் நீடித்த அந்த ஸ்டிரைக் நடந்த காலத்தில் தமிழின் ஆகப்பெரும் படைப்பாளியான ஜெயகாந்தன் தினமணி கதிரில் 'சக்கரங்கள் நிற்பதில்லை' என்றொரு சிறுகதை எழுதினார். அந்த வேலைநிறுத்தம் தோற்கட்டும் என அக்கதையில் ஒரு கதாபாத்திரம் சபிக்கிறது.

சக்கரத்தை ஓடவிடுபவன்தான் தொழிலாளி, நிறுத்துபவன் தொழிலாளி அல்ல என்றெல்லாம் கதையில் நீண்ட சம்பாஷணைகள் இருக்கும். சுவரில் வரைந்த அரிவாள், சுத்தியல் மீது சாணி அப்பும் காட்சியைக் கிண்டலாக விவரிப்பார். ஜார்ஜ் பெர்ணாண்டஸ் தலைமையில் துவங்கிய அப்போராட்டத்தை பிற்பகுதியில் டாங்கே ஆதரிக்கவில்லை. ஏ.ஐ.டி.யூசியும் பின்வாங்கத் தலைப்பட்டது. எமர்ஜென்சியைப் பின்னர் ஆதரித்த ஜேகேயின் மனநிலை இந்தக் கதையிலிருந்தே ஆரம்பித்துவிட்டது எனலாம்,

புகழ்பெற்ற எழுத்தாளராகிய சுஜாதா 70களின் பிற்பகுதியில் கணையாழியில் 'குருபிரசாத்தின் கடைசி தினம்' என்றொரு குறுநாவலை எழுதியிருப்பார். தொழிற்சங்கம் என்பது ஒரு எதிர்மறை சக்தி / பொறுப்பற்ற அமைப்பு என்பதாக அக்குறுநாவல் அழுத்தமாகவும் கிண்டலாகவும் பேசும். வர்க்க அரசியலை தொழிலாளி வர்க்கத்தின் பக்கம் நின்று பேசிய படைப்பாளி விந்தன். பேராசிரியர் கா. சிவத்தம்பி, தன்னுடைய தமிழில் சிறுகதையின் தோற்றமும் வளர்ச்சியும் நூலில் விந்தனைப் பற்றிக் குறிப்பிடும்போது '30;40-களில் தி.மு.க. எழுத்தாளர்கள் யாரை கதைமாந்தர்களாக ஆக்கினார்களோ, அவர்களேதான் விந்தனின் கதைமாந்தர்களாகவும் வந்தார்கள். ஆனால், தி.மு.க. எழுத்தாளர்கள் எல்லா பிரச்னைகளுக்கும் காரணம் பார்ப்பனீயம் என்று ஒற்றைத் தீர்வை முன்வைத்தபோது விந்தன், பொருளுடைமையே பிரச்னைகளின் அடிப்படை என்ற சித்தாந்தத்தை நம்பியவர் என்பதால், வர்க்கபேதத்தை முன்னிலைப்படுத்தி அதற்குள் சாதியையும் கொண்டுவந்தார்' எனக் குறிப்பிடுவார்.

70களின் சிறுகதை மன்னர்களில் ஒருவரான வண்ணதாசன் சின்ன விஷயங்களின் மனிதர் என்று தன்னைச் சொல்லிக்கொள்பவர். ஆனால் அவரது 'வருகை' என்கிற கதையில் வரும் இப்பகுதி எப்படிப்பட்டதாக இருக்கிறது... 1983இல் வெளியான 'சமவெளி' தொகுப்பிலுள்ள கதை 'வருகை' 'வழிய வழிய விம்மிக் கிடக்கிற சரக்குகள் மூடின தார்ப்பாயுடன் ஒரு லாரி, கடைக்கு முன்னால் ரோட்டில் ஏற்பட்ட போக்குவரத்து நெரிசலால் கொஞ்சம் தயங்கி நின்றது. அவ்வளவு சரக்குகளுக்கும்மேல், அவ்வளவு வெயிலுக்கும் மத்தியில், மேகத்திலிருந்து இறங்கினதுபோல, அதில் ஒருத்தன் படுத்துத் தூங்கிக்கொண்டிருந்தான். லாரி நின்று நின்று நகர்கிறபோதெல்லாம், கடையிலுள்ள பழங்கள்மாதிரி, அவனுடைய தலை லேசாக அசைந்து கொடுத்தது. பக்கா,

அவனையே பார்த்துக்கொண்டிருந்தாள். 'இப்படி நமக்கெல்லாம் நிம்மதியாகத் தூங்க முடியுமா?' என்கிறது மாதிரி குஞ்சுவைப் பார்த்தாள்.

லாரி கொஞ்சம் கொஞ்சமாக நகர்ந்து இடம் கிடைத்ததும் வேகம் அடைந்து, வேர் ஹவுஸ் பக்கம் போகப் போக, எங்கிருந்து வந்தார்கள் என்பது தெரியாததுபோல் ஓர் ஏழெட்டுப்பேர் தடதடவென்று லாரியோடு ஓடினார்கள். இருபத்தைந்து வயது - முப்பது வயது - நாற்பது வயது என்று. எல்லோரும் லாரியின் பின்னாலேயே சத்தம் போட்டுக்கொண்டு ஓடினார்கள். சிலர் லாரியின் பின்பக்க வளையங்களையும் கொக்கிகளையும் பிடித்துக்கொண்டு ரொம்பச் சுலபமாக ஏறி ஜெயித்துவிட்டதுபோல் சரக்கின்மேல் நின்றுகொண்டு இன்னும் பின்னால் ஓடிவருகிறவரைப் பார்த்துச் சிரித்தார்கள்.

இப்படி ஓடியவர்கள், ஓடினவர்களில் முந்தியவர்கள், முந்திய வர்களில், லாரியில் ஏறினவர்களில், சரக்கு லாரியின் டிரைவருக்குச் சிநேகிதமானவர்கள், அவர்களுக்கு மட்டும் இன்றைக்கு லாரியிலிருந்து வேர் ஹவுஸ் கோடவுனுக்குச் சரக்கு இறக்குகிற வேலை கிடைக்கும். அவர்கள் மாத்திரம் இன்றைக்கு உடம்பு முழுவதும் வியர்வையும் முகம் முழுவதும் சிரிப்புமாக வருவார்கள். அவர்கள் மாத்திரம் பாட்டையா கடையில் அரிஷ்டம் குடிப்பார்கள். ரொட்டி-சால்னா சாப்பிடுவார்கள். ஆனால் நாளைக்கும் இப்படி ஒரு சரக்கு லாரி வர வேண்டும். பின்னாலேயே ஓட வேண்டும். ஓடி ஜெயிக்க வேண்டும்.

பக்காவுக்கு மறுபடியும் குடல் அறுந்து போகிற மாதிரி அவர்கள் ஓடின ஓட்டம் கண்ணுக்கு முன்னால் தெரிந்தது. அந்த லாரி டிரைவருக்கு, பின்னால் இப்படி ஓடிவருவது தெரியத்தானே செய்யும். அவனேகூட ஒரு காலத்தில் இப்படி ஓடியும் இருந்திருப்பான் இல்லையா? கொஞ்சம் நிறுத்தி ஏற்றிக்கொண்டால் என்ன? இப்படி ஏன் ஓட ஓட அடிக்க வேண்டும்? வயிற்றுக்குக் கால் முளைத்து ஓடுகிறது மாதிரி, இது என்ன கொடூரம்?"

வண்ணதாசன் தன் சிறுகதைகளின் மூலம் பேசும் அரசியல் என்ன என்கிற கேள்விக்கு 'ஒரு' விடையாக இந்தப் பகுதியை எடுத்துக்கொள்ளலாம். அவர் கதைகளின் ஒரு முக்கியமான முகம் இது. பொதுச் சமூகத்தின் கவனம் பெறாத உதிரிப் பாட்டாளிகள், வீடுகளில் உழைக்கும் பெண்கள், வேலைக்காரர்கள், உடலை விற்கும் பெண்கள், குழந்தை உழைப்பாளிகள், வேலை

கிடைக்காதவர்கள், கைவிடப்பட்ட அனாதைகள் என விளிம்புநிலை மக்களான இவர்கள் மீதும் இவர்கள் வாழ்நிலை மீதும் நம் கவனத்தைக் குவிக்கும்-பதட்டத்துடன் குற்ற உணர்வு கொள்ள வைக்கும்- நுட்பமான வரிகளை வண்ணதாசன் தன் சிறுகதைகளில் எழுதிக்கொண்டே இருக்கிறார். அவருடைய சிறுகதைகளில் இத்தகைய எளிய மனிதர்களின் ஒரு பெரிய உலகமே எழுந்து நின்று நம்மைத் துயர் கொள்ளச் செய்கின்றது

உரிமை கேட்டுப்போராடிய விவசாயத் தொழிலாளிகளை 1968இல் வெண்மணித்தீயில் கொளுத்திய கொடுமையைப்பற்றி நான்கு நாவல்கள் வந்துள்ளன. இந்திரா பார்த்தசாரதியின் ‘குருதிப்புனல்’, சோலை சுந்தரபெருமாளின் ‘செந்நெல்’, ‘பாட்டாளியின் கீழைத்தீ’ மீனா கந்தசாமியின் ‘குறத்தியம்மன்’ ஆகியவை. சீனிவாச நடராசனின் ‘தாளடி’யும் வெண்மணியைப் பின்புலமாகக் கொண்டிருந்தாலும் அது குற்றவாளி கோபாலகிருஷ்ணனை விடுதலை செய்து குற்றமிழைத்தவர் அவர் இல்லை என்று புதுசாக ஒரு ‘கதை’ சொல்கிறது.

சம காலத்தில் பேக்டரி தொழிலாளிகள் பற்றிக் கதை எழுதுபவர்களாக மூன்று பேரைக் குறிப்பிடலாம். ‘ஆயிரம் கைகளும் ஒரே முகமும்’ என்கிற நாவலை எழுதிய தோழர் புதிய ஜீவா ஒருவர். ‘ஸ்டிரைக்’ என்கிற நாவலை-ஜெயகாந்தன் ஏற்க மறுத்த 1974 ரயில்வே போராட்ட வரலாற்றைச் சொல்லும் நாவல்-எழுதியுள்ள ராமச்சந்திர வைத்தியநாத் இரண்டாமவர் மற்றும் மில், கடசல், கொடிவழி என அசலான பாட்டாளி வர்க்கப் போராட்ட நாவல்களை அடுத்தடுத்து எழுதி வரும் ம. காமுத்துரை. துப்புரவுப் பணியாளர்களின் வாழ்வை ‘தூப்புக்காரி’ நாவலில் எழுதிய மலர்வதியும் ‘தூய்மை’ என்கிற நாவலில் எழுதிய இல. அம்பலவாணனும் ‘சலவான்’ நாவலில் எழுதிய பாண்டியக்கண்ணனும் சவரத்தொழிலாளிகளைக் கவிதைகளில் பாடுபொருளாக்கிய இ. எம். எஸ். கலைவாணன், ப. நடராஜன் பாரதிதாஸ் போன்றோரும் குறிப்பிடத்தக்கவர்கள். இவர்களெல்லாம் இம் மே நாளில் குறிப்பிட்டுக் கொண்டாடப்பட வேண்டிய படைப்பாளிகள்.

செங்கொடி ஏந்திப் போர்க்குரல் எழுப்பும் பாட்டாளி வர்க்கம் தன்னைப்பற்றி யார் யார் எப்படியெல்லாம் இலக்கியத்தில் எழுதியிருக்கிறார்கள் என்பதை அறிந்துகொள்வதும் வர்க்கப்போரின் ஒரு பகுதிதான்.

16
வன்முறைக்கல்வி ஒழியாதா?

ஒவ்வொரு ஆண்டும் பள்ளி கல்லூரி மாணவர்கள், படிப்பு மற்றும் தேர்வு தொடர்பான மன அழுத்தத்தால் தற்கொலை செய்து கொள்வது தொடர்கதையாகவே இருப்பது மிகுந்த கவலையளிக்கிறது. நீட் தேர்வு அறிமுகமானதிலிருந்து தமிழ்நாட்டில் மட்டும் அனிதாவில் துவங்கி 18 குழந்தைகள் தற்கொலை செய்துகொண்டுள்ளனர். அதில் பெரும்பாலானவர் தேர்வு முடிவு வெளியாகும் முன்பே தற்கொலை செய்து கொண்டவர்கள்.

கடந்த வாரத்தில் ஈரோடு வெட்டுக்காட்டு வலசு பகுதியைச்சேர்ந்த ஒரு 15 வயது மாணவன் சிவகுரு தூக்குப்போட்டுக்கொண்டு இறந்து போனான். பத்தாம் வகுப்புத் தேர்வு எழுதிவிட்டு முடிவுக்காகக் காத்திருக்கும் இந்த வேளையில், அவனுடைய பெற்றோர் அவனை மருத்துவக் கல்விக்குத்தான் நீ போக வேண்டும், அதற்கேற்ற பாடப்பிரிவை ப்ளஸ் ஒன் சேர்க்கையில் எடுக்க வேண்டும் என வற்புறுத்தியதாகவும் அதை அச்சிறுவன் ஏற்க மறுத்தபோதும் பெற்றோர் மீண்டும் மீண்டும் வலியுறுத்திய பின்னணியில் சில நாட்கள் சோகமாகவே இருந்துவிட்டு அறைக்கதவைப் பூட்டிக்கொண்டு தூக்கிட்டுத் தற்கொலை செய்துகொண்டான்.

முன்பெல்லாம் பத்தாம் வகுப்பு, பன்னிரண்டாம் வகுப்புத் தேர்வு முடிவுகள் வரும் நாளில் தோற்ற மாணவர்கள் தற்கொலை செய்ததைப் பார்த்திருக்கிறோம். இப்போது எதைப் படிக்க வேண்டும் என்கிற பெற்றோரின் வற்புறுத்தலால் தற்கொலை நடந்துள்ளது. குழந்தைகளின் விருப்பம் பற்றிக் கவலைப்படாத பெற்றோர் இன்று பிள்ளையை இழந்து நிற்கிறார்கள். இதில் குறிப்பிட்ட இந்தப் பெற்றோரை மட்டும் குற்றம் சொல்லி நிறுத்த முடியுமா?

கடந்த 75 ஆண்டுகால சுதந்திர இந்தியாவில் கல்வி இன்று வந்து நிற்கும் இடம் இது. 1948இல் அன்றைய கல்வி அமைச்சர் மௌலானா அபுல் கலாம் ஆசாத் தலைமையில் ஒரு சிறப்புக்

கருத்தரங்கை அகில இந்திய வானொலி நடத்தியது. அதில் கட்டுரை வாசித்தவர்கள் ஜவகர்லால் நேரு, டி. டி. கிருஷ்ணமாச்சாரி, ஜே. பி. கிருபளானி போன்ற அரசியல் தலைவர்களும் அன்றிருந்த ஆய்வறிஞர்களும். அக்கட்டுரைகளைத் தொகுத்து மத்திய அரசின் பப்ளிகேஷன் டிவிஷன் 'FUTURE EDUCATION OF INDIA' என்கிற புத்தகமாக வெளியிட்டது. அதில் தலைவர்கள் கல்வி குறித்த தங்கள் கனவுகளை விரித்திருந்தனர். பொதுவாக எல்லோரும் வலியுறுத்தியது வேலை வாய்ப்புக்கான ஏணியாக மட்டுமே கல்வி சுருங்கிவிடக் கூடாது என்பதே.

குழந்தைகளை மையப்படுத்தியதாக, அவர்களுடைய குழந்தைமை மேலும் துலங்கும்படியாக, மகிழ்ச்சியானதாகக் கல்வி இருக்கவேண்டும். தேசிய உணர்வூட்டிப் பொறுப்பான பிரஜைகளாகக் குழந்தைகளை வளர்ப்பதாக இந்தியாவின் கல்வி அமையவேண்டும் என்றுதான் அக்கருத்தரங்கில் எல்லாத் தலைவர்களும் வலியுறுத்தியுள்ளனர்.

ஆனால் அந்தக் கனவுகளுக்கு நேர் எதிர்த்திசையில்தான் நம் கல்விப்பயணம் அமைந்துவிட்டது. இடையில் ஒரு பிரேக் போட்டு 1968இல் கோத்தாரி கமிஷன், கல்வி போகும் திசை சரியில்லை என்று எச்சரிக்கை மணி அடித்தும் நாம் திருத்திக்கொள்ளவில்லை. .

அதே மனப்பாடம், அதே தேர்வு முறை என்று பயணம் தொடர்ந்தோம். முதல் மதிப்பெண் எடுக்கும் மாணவர் கொண்டாடப்பட்டார். மற்றவர்களை சமூகம் இழிவுடன் பார்த்தது. அதனால் குழந்தைகள் உளவியலில் ஏற்படும் தாக்கம் பற்றி நம் சமூகம் கவலைப்பட்டதே இல்லை. தாங்கள் அடைய முடியாத கல்வி இலக்கைத் தம் குழந்தைகள் மனதில் ஏற்றி மருத்துவம் மருத்துவம் என்று வேப்பிலை அடித்து அருள் ஏற்றிக்கொண்டிருக்கையில் நீட் தேர்வு வந்து சேர்ந்தது. ப்ளஸ் டூ படிப்பே தேவையில்லை. கோச்சிங்கில் சேர்ந்து நீட் தேர்வில் எடுக்கும் மதிப்பெண்ணே போதும் என்கிற நிலை உருவாக்கப்பட்டது. பள்ளிக்கல்வியை முற்றிலுமாகச் சீரழித்து கோச்சிங்தான் முக்கியம் என்றாக்கி விட்டது. நீட் தேர்வு குறித்த அச்சத்தைக் குழந்தைகள் மனதில் விதைத்துவிட்ட பிறகு பெற்றோர் அதையே வற்புறுத்தும்போது தற்கொலையை நோக்கித் தள்ளப்படுகிறார்கள் குழந்தைகள். மருத்துவம், பொறியியல் தவிர்த்த நூறு நூறு உயர்கல்வி வாசல்கள் திறந்திருக்கின்றன.

அவற்றை நம் பெற்றோர்கள் அறிந்திருக்கவில்லை அல்லது அவையெல்லாம் மதிப்பில்லாதவை என்று கருதுகிறார்கள். எல்லாப் பள்ளிகளிலும் பெற்றோரை வரவழைத்து இருக்கும் எண்ணற்ற உயர்கல்வி வாய்ப்புகள் பற்றிய விழிப்புணர்வை ஏற்படுத்த வேண்டும். குழந்தைகள் உரிமைகள் பற்றியும் சொல்லித்தர வேண்டும்.

நடப்பில் உள்ள நமது கல்விமுறைதான் 12ஆம் வகுப்பில் 600க்கு 600 மதிப்பெண் எடுத்த நந்தினியையும் படைத்தது. தற்கொலை செய்துகொண்ட சிவகுருவையும் படைத்தளித்துள்ளது. மார்க் எடுக்க டிரில் வாங்கும் இக்கல்வி முறை, வாழ்வில் எதையும் எதிர்கொள்ளும் துணிவையும் பக்குவத்தையும் நம் குழந்தைகள் மனதில் விதைக்கத் தவறியுள்ளது.

21ஆம் நூற்றாண்டுக்கான கல்வி குறித்த யுனெஸ்கோ ஆவணம் The Treasure Within கல்வியின் நான்கு தூண்கள் என 1, அறியக்கற்றல் 2. வாழக்கற்றல் 3. செயலாற்றக்கற்றல் 4. சேர்ந்து வாழக்கற்றல் என்பவற்றை முன்வைத்துள்ளது. இந்தியாவிலும் தமிழகத்திலும் நம் கல்விப்பயணத்தில் குழந்தைகள் உயிர் வாழவே கற்றுக்கொள்ளவில்லை. என்ன கல்வியோ? என்ன கொள்கையோ? எரியும் நெருப்பில் எண்ணெய் ஊற்றுவதுபோல, குழந்தைகளுக்கு மேலும் மேலும் ஒற்றைத் தேர்வுகளை முன்மொழிந்துள்ள தேசிய கல்விக்கொள்கை நம் குழந்தைமையின் மரண சாசனம் என்றே தோன்றுகிறது,

இந்தக் கொடுமைகளை எல்லாம் கணக்கில்கொண்டு நம் குழந்தைகள் மகிழ்ச்சியாகத் தம் குழந்தைப் பருவத்தையும் பதின் பருவ வாழ்க்கையையும் கழிக்கும் வண்ணம் ஒரு சரியான கல்விக் கொள்கையைத் தமிழக அரசு உருவாக்கி நம் குழந்தைகளைக் காக்க வேண்டும். கல்வி வேறு எதையுமே கொடுக்க வேண்டாம், பிள்ளைகளைக் காவு வாங்காமல் விட்டாலே போதும். நம் பிள்ளைகள் தாமே வாழ்வைக் கற்றுக்கொண்டு எப்படியாவது நீந்திக் கரை சேர்ந்து விடுவார்கள்.

17
பெருமை பேசுவோம். ஆனால்...

தொல்லியல் ஆய்வுக்களங்களைப் பார்வையிடும் ஆர்வமும் அதுபற்றி அறிந்துகொள்ளும் துடிப்பும் தமிழ் மக்களிடம் இப்போது அதிகரித்துள்ளது. தமிழக வரலாற்றில் முன்னெப்போதும் இல்லாத அளவுக்கு இந்த ஆர்வம் கொப்பளித்து நிற்கிறது எனலாம். கீழடியில் அமைக்கப்பட்டுள்ள அருங்காட்சியகத்திற்கு வந்து குவியும் மக்கள் கூட்டமே இதற்குச் சான்று. விருதுநகர் மாவட்டம் வெம்பக்கோட்டை விஜயகரிசல்குளத்தில் நடக்கும் அகழாய்வுப் பணிகளையும் அங்கு புதிதாகத் திறக்கப்பட்டுள்ள அருங்காட்சியகத்தையும் கொளுத்தும் வெயிலையும் பொருட்படுத்தாது மக்கள் அலை அலையாக வந்து பார்த்துச் செல்கின்றனர்.

இந்த உணர்வுக் கொந்தளிப்பின் மீது பயணித்தே 'பொன்னியின் செல்வன்' திரைப்படமும் 'வீரயுகநாயகன் வேள்பாரி' நாவலும் மாபெரும் வெற்றி பெற்றன என்று கூறலாம். இப்படிப் பழம்பெருமைகளைத் தேடிச்செல்லும் துடிப்பை நம் முன்னோடிகள் பலரும் தூண்டிவிட்டு வளர்த்தெடுத்த வரலாறும் நமக்கு உண்டு. தமிழ் தேசிய அரசியலைக் கையிலெடுக்கும் எவரும் தமிழரின் பழம்பெருமைகளைப் பேசாமல் விட்டதில்லை. உலகின் பிற மொழிகள் எதற்கும் இல்லாத தனித்துவமான இயல்புகள் நம் தமிழ் மொழிக்கு உண்டு என்பதில் மாற்றுக்கருத்து இருக்க முடியாது.

ஆனால், "கல்தோன்றி மண் தோன்றாக்காலத்தே வாளோடு முன் தோன்றிய மூத்தகுடி" என்று சொல்லி இன்றைக்குப் பெருமைப்பட்டுக்கொள்வது நகைப்புக்கிடமாகிவிடும். மொழியியலுக்கு அரும்பணி ஆற்றியுள்ள தேவநேயப்பாவாணர், பன்மொழிப்புலவர் கா. அப்பாதுரையார் போன்ற நம் மகத்தான முன்னோடிகளின் பங்களிப்பை நாம் போற்ற வேண்டும். அதே சமயத்தில் அவர்கள் முன்வைத்த குமரிக்கண்டம், லெமூரியாக்கண்டம் போன்ற கருத்தியல்களை நாம் இன்றைக்கும் அப்படியே தூக்கிப்பிடிக்க முடியுமா?

அறிவியலாளர் சு.கி. ஜெயகரன் எழுதிய ‘மூதாதையரைத் தேடி’ (‘காலச்சுவடு’ பதிப்பகம்-முதற் பதிப்பு 1991) என்கிற நூலிலிருந்து எடுக்கப்பட்ட இப்பகுதி மேற்படிக் கற்பிதமான கருதுகோள்களை உடைக்கிறது: ‘மரபியல் ஆய்வுகளும், தொல்லியலாய்வுகளும் ஆதிமனித இனம் தோன்றியது ஆப்பிரிக்கா என்பதை உறுதி செய்வதால் அக்கண்டமே மானுடத்தின் தொட்டிலாகக் கருதப்படுகிறது. ஏறத்தாழ 100000 ஆண்டுகட்கு முன் ஆப்பிரிக்காவில் வாழ்ந்த ஹோமோ சேப்பியன் இனக்கூட்டத்திலிருந்து தற்கால மனிதர் தோன்றினர் என்பது ஆய்வுகளிலிருந்து தெரியவருகிறது. இதுவரை தெற்காப்பிரிக்காவில் நடத்தப்பட்ட அகழாய்வுகளால் கண்டுபிடிக்கப்பட்ட தொல்லுயிரெச்சங்கள், எவ்வாறு ஹோமோ எரக்டஸிலிருந்து பழம் ஹோமோ செபியன் (Archaic Homo Sapian) பரிணமித்து, அதன் வழித்தோன்றலான ஹோமோ சேப்பியன் (தற்கால மனிதன்) உருவானான் என்பதைக் காட்டுகின்றன. இப்பரிணாம வளர்வின் பல்வேறு கட்டங்களைக் காட்டும் தடயங்கள் பல கிடைத்துள்ளன.’

தாய்வழி வரும் மிட்டோகோண்டிரியல் டி. என். ஏக்களின் (Mt DNA) ஆய்வுகளும் தந்தை வழிவரும் Yகுரோமோசோம் டி. என். ஏக்களின் ஆய்வுகளும் தற்கால மனிதர் 100000 மற்றும் 200000 ஆண்டுகட்குமுன் ஆப்பிரிக்காவில் உருவானதை உறுதிப்படுத்துகின்றன. அவர்களின் வழித்தோன்றல்களான தற்கால மனிதர் தலைநிலம் வழியாக ஐரோப்பாவிற்கும், கடற் கரையை ஒட்டிய பகுதிகளின் வழியாக இந்தியா, இந்தோனேஷியா மற்றும் ஆஸ்திரேலியா வரையும் 50000 - 60000 ஆண்டுகளுக்கு முன் குடியேறினர். அக்கால கட்டத்தில் கடல் மட்டம் 100 மீ.க்கும் அதிகமாக தாழ்ந்திருந்ததால், கண்டச் சரிவுகளின் (Contimental Shelf) பெரும்பகுதி நிலமாயிருந்தது. கடற்கரைகள் இன்றிருப்பதைவிட வெகுவாக அகன்றிருந்தன. அப்பகுதிகளின் வழியாகவும் ஆதிமனிதக் குடியேற்றங்கள் ஏற்பட்டன.”

இது தொடர்பான அறிவியல் கண்டுபிடிப்புகள் எல்லாவற்றையும் தொகுத்து எளிய மொழியில் டோனிஜோசப் என்கிற எழுத்தாளர்/ பத்திரிகையாளர் ‘ஆதி இந்தியர்கள்’ (‘Early Indians’) என்கிற நூலில் அளித்துள்ளார். ஹரப்பா நாகரிகத்தின் வீழ்ச்சியைத் தொடர்ந்து அந்நாகரிகத்தின் மக்கள் தெற்கு நோக்கி வந்த கதையை அறிஞர் ஆர். பாலகிருஷ்ணன் தன்னுடைய ‘ஒரு பண்பாட்டின் பயணம்’ என்கிற ஆய்வு நூலில் குறிப்பிடுகிறார். சங்க

இலக்கியத்தில் காணப்படும் பெயர்களும் பொருட்களும் கீழடி, கொந்தகை, உள்ளிட்ட அகழாய்வுத்தளங்களில் தொடர்ந்து கிடைத்துக்கொண்டிருப்பது நாம் இதுகாறும் நம்பிக்கொண்டிருந்த பல 'வரலாற்று உண்மைகளை' கேள்விக்கு உள்ளாக்கியுள்ளன. பல சங்க இலக்கியச் செய்திகளை வரலாற்று உண்மைகள் என உறுதிப்படுத்தியுள்ளன. .

லெமூரியாக் கண்டம் இன்றைய தமிழகத்திற்குத் தெற்கே 700 காத தூரத்துக்குப் பரவியிருந்ததாக நம் முன்னோடிகள் குறிப்பிடும் தூரத்தை கிலோமீட்டராக மாற்றிக் கணக்கிட்டால் அந்நிலப்பரப்பு அண்டார்டிகாவுக்கும் கீழே அந்தரத்தில் பரவியிருந்ததாக வருகிறது.

ஆகவே, நம் முன்னோடிகள் காலம் காலமாகச் சொல்லி வந்தார்கள் என்பதற்காக அதையே பிடித்துக்கொண்டிருக்காமல் தற்காலம் வரைக்கும் வந்துள்ள ஆய்வுகளை உள்வாங்கி, நியாயமான பெருமிதங்கள் எவையெல்லாம் நமக்கு உண்டோ அவற்றுக்கு மட்டும் பெருமைப்படுவதே நியாயம். அறிவியல்பூர்வமான அணுகுமுறை.

இதே கோணத்தில் சோழர்காலப் பெருமிதங்களையும் நாம் மறுபரிசீலனைக்கு உட்படுத்த வேண்டும். வரி கட்ட முடியாமல் சோழர் காலத்தில் கிராமங்களைவிட்டு ஊரோடு ஓடிப்போன மக்களைப்பற்றிய கல்வெட்டுகளையும் செப்பேடுகளையும் நாம் கணக்கில் கொள்ளவேண்டும். வரி கட்ட முடியாத ஏழை மக்களையும்விட்டு வைக்காமல் அவர்கள் குடிசையுட் புகுந்து 'வெண்கலம் எடுத்து மண்கலம் உடைத்து' வரி வசூல் செய்த சோழர் காலத்துக் கொடுமைகளையும் கணக்கில் கொள்ளத்தான் வேண்டும்.

மேலும் சொல்வதானால், மனிதர்களை வாங்கி விற்கும் அடிமை முறையும் பிற்காலச்சோழர் காலத்தில் இருந்ததாக 'அடிமை முறையும் தமிழகமும்' என்கிற தன் ஆய்வு நூலில் ஆ. சிவசுப்பிரமணியன் நிறுவியுள்ளார். அவர் நூலிலிருந்து, 'சோழர் காலத்தில் அடிமைகளின் விற்பனையைக் குறிப்பிடும் கல்வெட்டுக்கள்தான் நமக்குக் கிடைத்துள்ளனவே தவிர அவர்களது வாழ்க்கை நிலையினைக் காட்டும் செய்திகள் எதுவும் கிடைக்கவில்லை. ஆயினும் இவர்களில் பெரும்பாலோர் பரம்பரை அடிமைகள்.

புதிதாக அடிமைத் தளையில் புகுந்தவர்கள் தங்களை மட்டுமின்றி பரம்பரையினரையும் அடிமைகளாக்கியுள்ளனர்.

சந்திராதித்தர் உள்ளவரை
'பரம்பரை பரம்பரையாக
வழியடிமை'

'யானும் எம் வம்சத்தாரும்
இவர்களையும் இவர்கள் வர்க்கத்தாரையும்
எங்களுக்கு கிரமாகதமாய் வருகின்ற'

என்று வரும் தொடர்கள் மீளா அடிமைத்தளையில் இவர்கள் வீழ்ந்திருந்தனர் என்பதனையுணர்த்துகின்றன" இரு சோற்றுப்பதமாக இங்கே சோழர் காலம் பற்றியும் குமரிக்கண்டம் பற்றியும் மட்டும் குறிப்பிட்டுள்ளோம். ராஜராஜசோழனை உரிமை கொண்டாட 23 சாதி அமைப்புகள் களத்தில் நின்றதை கவனத்தில்கொண்டு நாம் பழம் பெருமை பேசுவதிலும் ஒரு பகுத்தறிவுப்பாதையைத் தேர்வு செய்துகொள்ள வலியுறுத்த வேண்டும்.

18
அவர்கள் இன்னும் காத்திருக்கிறார்கள்

நெல்லுக்குக் குறைந்த ஆதார விலையை உயர்த்திட மத்திய அரசு முடிவு செய்திருப்பதாகவும் பருப்புக்கான ஆதார விலையை வரலாறு காணாத அளவுக்கு உயர்த்த முடிவு செய்திருப்பதாகவும் செய்திகள் வந்திருப்பதைப் பார்த்து இயல்பாகவே மனதில் உவகை பொங்கியது. நாணயத்தின் மறுபக்கமாக ஒரு சந்தேகமும் கூடவே எழுந்தது. இரண்டாண்டுகளுக்கு மேலாக டெல்லியை முற்றுகையிட்டு விவசாயிகள் போராடியபோதும் 700 பேருக்கு மேல் களத்திலேயே உயிர் நீத்தபோதும் மூன்று வேளாண் சட்டங்களை ரத்து செய்வது குறித்து வாயே திறக்காத ஒன்றிய அரசு இப்போது விவசாயிகளுக்கு அள்ளிக்கொடுத்திருப்பதாகக் கூறுவதை அப்படியே நம்ப முடியுமா?

இந்த அறிவிப்பின் உண்மைகளுக்குள் நுழைந்து பார்த்தால் சில விவரங்கள் நமக்குக் கிடைக்கின்றன. வேளாண் விஞ்ஞானி எம்.எஸ். சுவாமிநாதன் ஆணையத்தின் பரிந்துரையின்படி விவசாயிகளின் விளைபொருட்களுக்கு இடுபொருட்கள் உட்பட விவசாயிகளுக்கு ஆகும் மொத்த உற்பத்திச் செலவுடன் 50 சதவீதம் கூடுதலாக வைத்து மொத்தத்தில் ஒன்றரை மடங்கு குறைந்தபட்ச ஆதார விலையாக நிர்ணயிக்க வேண்டும் என்று கோரி விவசாயிகள் நீண்டகாலமாகப் போராடி வருகிறார்கள். இப்போது மத்திய அமைச்சரவை ஒப்புதலளித்துள்ள குறைந்தபட்ச ஆதார விலைகள் இந்தக் கோரிக்கையைக் கணக்கில் கொள்ளவில்லை. இப்போதைய முடிவின்படி நெல்லுக்கு குவிண்டால் ஒன்றுக்கு ரூ.2183 அறிவிக்கப்பட்டுள்ளது. எம்.எஸ்.சுவாமிநாதன் ஆணையத்தின் பரிந்துரையின்படி, நெல்லுக்கு குவிண்டாலுக்கு ரூ.2707.50 அறிவிக்கப்பட்டிருக்க வேண்டும். நிலக்கடலைக்கு ரூ.7411.50 அறிவிக்கப்பட்டிருக்க வேண்டும். ரூ.6377 மட்டுமே அறிவிக்கப்படுள்ளது. மக்காச்சோளத்திற்கு 2569.50 அறிவிப்பதற்கு மாறாக ரூ.2090 மட்டுமே அறிவிக்கப்பட்டுள்ளது. மீடியம் ரக பருத்திக்கு குவிண்டால் ஒன்றுக்கு ரூ.8095.50க்கு மாறாக ரூ.6620 அறிவிக்கப்பட்டுள்ளது.

ஆகவே விவசாயிகளின் குரலைச் செவிமடுக்காத அறிவிப்பு இது என விவசாயிகள் சங்கங்கள் கண்டனம் தெரிவித்துள்ளன. தவிர இந்த அறிவிப்பு 2022-23 ஆண்டுக்கான விலைதான். இந்தக் காலகட்டத்தில் உரம் விலை மிகக்கடுமையாக உயர்ந்துள்ளது. பாசனச் செலவுகளும் கடுமையாக அதிகரித்துள்ளன. இவற்றைக் கணக்கில் கொள்ளவில்லை. மிகக்குறைந்த உயர்வை அறிவித்து விவசாயிகளை வஞ்சித்துள்ளதாக விவசாய சங்கங்கள் குரல் எழுப்பியுள்ளன.

வரலாறு நெடுகிலும் ஆட்சியாளர்கள், விவசாயிகள்/விவசாயத் தொழிலாளர்களின் நிலையில் நின்று விவசாயப் பிரச்னைகளை அணுகியதில்லை. ஆள்பவர்களின் வர்க்க சார்பும் நாட்டின் தேவைகள் என அவர்கள் கருதுவதுமே விவசாயக் கொள்கைகளைத் தீர்மானிக்கும் காரணிகளாக இருந்து வந்துள்ளன.

பின்னோக்கிப் பயணித்தால் காங்கிரஸ் ஆட்சியின்போது அறிமுகப்படுத்தப்பட்டு வெற்றிகரமாக அமலாக்கப்பட்ட பசுமைப்புரட்சி முதலில் வருகிறது. உற்பத்தியில் தன்னிறைவு கண்டு உணவுத்தட்டுப்பாடு முற்றிலும் நீக்கப்பட பசுமைப்புரட்சி உதவியதாகக் கூறப்பட்டது. அது உண்மையும்தான். ஆனால் பசுமைப்புரட்சியின் பாதக விளைவுகள் நேரடியாக நம் விவசாயிகளைத்தான் பாதித்தது. ஆம்அரசு நாட்டின் உணவுத்தட்டுப்பாடு என்னும் உடனடிப் பிரச்னையில் கவனம் குவித்த அளவுக்கு விவசாயிகள் வாழ்வின் மீது தொலைநோக்குப் பார்வை கொண்டிருக்கவில்லை என்கிற விமர்சனம் எழுந்தது. கீழ்க்கண்ட எதிர்விளைவுகள் பசுமைப்புரட்சியால் ஏற்பட்டதாக விமர்சனங்கள் உண்டு. 'பசுமைப்புரட்சியின் வன்முறை' என்கிற தன் நூலில் விஞ்ஞானி வந்தனாசிவா இவற்றைப்பற்றி நம் கவனத்தை ஈர்க்கிறார்:

★ தொன்மையான இந்தியாவின் பருவநிலைக்கு உகந்த நமது பாரம்பரிய நெல் வகைகள் பயன்பாடு இல்லாது ஒழிந்து விட்டது.

★ வீரிய ஒட்டுரகப் பயிர்கள் எனச் சொல்லப்படுகின்ற தரம் குறைந்த பயிர்கள் பல்கிப் பெருகிவிட்டன.

★ இயற்கை வேளாண்மை என்பது முழுமையாக மறைந்துபோய் வேதி உரங்கள் பூச்சிமருந்துக்களின் பயன்பாடு அதிகரித்தது.

★ மேலைநாடுகளில் தடை செய்யப்பட்ட ரசாயன உரம் பூச்சி மருந்துகளின் பயன்பாடு எந்தவிதக் கட்டுப்பாடும் இல்லாமல் இந்தியாவில் பயன்படுத்தபட்டது.

★ வேதி உரம் பூச்சிமருந்து பயன்பாட்டால் விவசாயிகளின் நண்பன் எனச் சொல்லப்படுகின்ற, மண்புழு, பூச்சி, மண் வாழ் நுண்ணுயிர்கள் முதலியவை முற்றிலும் அழிக்கப்பட்டுள்ளன.

★ விளைநிலங்கள் அதீத ரசாயனப்பயன்பட்டால் இனி பயிரிட முடியாத களர்நிலங்களாகிப்போயின.

★ நீர்நிலைகள் எல்லாம் ரசாயனக்கலப்பால் மாசடைந்துள்ளன.

★ வைக்கோல், புல் போன்ற தீவனங்ககளில் ரசாயனம் மிகுந்து கால்நடைகளில் இருந்து கிடைக்கும் பாலின் தன்மை மாறியிருக்கிறது.

★ உண்ணும் உணவு விஷமாகிப் போனது, சர்க்கரைநோய் புற்றுநோய் போன்ற அரிய நோய்கள் எல்லோரும் அறிந்த நோய்களாக வளர்ச்சி கண்டிருக்கின்றன.

★ நமது பருவ காலங்களுக்கு மிகவும் சரியான, உண்பவர்களின் உடல் நிலையில் எந்தவித வேறுபாடுகளையும் உண்டாக்காத- நமது பாரம்பரிய பயிரினங்கள் வியாபார நோக்கத்தினால் பின்தள்ளப்பட்டுள்ளது.

★ மணிச்சத்து, தழைச்சத்து அறியாத நம் மக்கள் சல்பேட், பாஸ்பேட் என்னவென்பதை மட்டும் தெரிந்துகொண்டனர்.

★ உணவே மருந்தாம் என உணவையும் மருந்தையும் ஒருசேர உண்டு வாழ்ந்த நம் மக்கள் ஆரோக்கியமின்மையால் அவதியுறலாயினர். பசுமைப்புரட்சியின் நீட்சிதான் மராட்டிய விவசாயிகளின் கொத்துக்கொத்தான தற்கொலைகள் என்பதை ஆய்வுகள் எடுத்துக்காட்டியுள்ளன.

விவசாயிகளைக் கணக்கில் கொள்ளாமல் அரசின் உடனடித் தேவைகளை மட்டும் முன்னிறுத்திக் கொள்கை வகுத்ததால் வந்த வினைதான் இது.

இன்னும் பின்னோக்கிப் பயணித்தால் சோழர் ஆட்சிக்காலத்தில் உழுதுண்போர், உழுவித்துண்போர் என்கிற இருவகை மக்களைப் பார்க்கிறோம். இதில் உழுதுண்போராகிய உழைப்பாளிகளைக்

கணக்கில் கொள்ளமல் உழுவித்துண்ணும் நில உடைமையாளர்களையே அரசு கணக்கில் கொண்டதை 'தமிழகத்தில் காலனியமும் வேளாண்குடிகளும்' என்கிற தன் நூலில் பேராசிரியர் ஏ. கே. காளிமுத்து விளக்குகிறார். தொடர்ந்த காலனி ஆட்சிக்காலத்திலும் சோழர் காலத்திலும் பல போர்முனைகளுக்கு உள்நாட்டு வீரர்கள் அனுப்பப்பட்டனர். அப்படையினருக்கு உணவளிக்க நெல் உற்பத்தியைப் பன்மடங்கு அதிகரிக்கவேண்டிய கட்டாயம் ஆட்சியாளர்களுக்கு ஏற்பட்டது. அதற்காகவே புதிய அணைகளைக் கட்டினர். புதிய ஆறுகளை வெட்டினர். கால்வாய்களை அமைத்தனர். வேளாண் நடவடிக்கைகளை விரிவாக்கினர். அப்போதும் ஆக்கிரமிப்புப் போர்கள்தான் உந்துவிசையாக இருந்தனவேயன்றி, விவசாயக்குடிகளின் வாழ்நிலை ஆட்சியரின் கவனத்தின் மையமாக இருந்திருக்கவில்லை.

தஞ்சைத்தரணியின் செங்கொடி விவசாயிகள் போராட்டத்தின் துவக்கமாகக் குறிக்கப்படும் தென்பரை விவசாயிகளின் போராட்டம் 1943இல் நடந்தது. அப்போது கடுமையான உணவுப்பஞ்சம் நாட்டில் நிலவியது.

உத்திராபதி மடத்திற்குச் சொந்தமான நிலத்தில் பாடுபட்ட குத்தகை விவசாயிகள் குத்தகை பாக்கி கொடுக்க முடியாமல் திணறியபோதுதான் போராட்டம் வெடித்தது. விவசாயிகளின் குரலை மடம் ஏற்கவில்லை. குத்தகை விவசாயிகளை வெளியேற்றி விவசாய நடவடிக்கைகளையே மடம் முடக்கியது.

ஆங்கில அரசின் அதிகாரிகளிடம் தோழர் மணலி கந்தசாமி தலைமையிலான குழுவினர் பேச்சுவார்த்தைக்குச் சென்றபோது, உணவுப்பஞ்ச நேரத்தில் மடம் இப்படிச் செய்வது உற்பத்தியைப் பாதிக்கும் என்பதை எடுத்துச்சொல்லியே அதிகாரிகளைத் தலையிடச் செய்துள்ளனர். ஆம். அப்போதும் விவசாயிகளின் நியாயத்தை உணர்ந்தல்ல -அரசின் தேவை உணவுப்பெருக்கம். -அது பாதிக்கப்படக்கூடாது என்றே ஆட்சியாளர்கள் தலையிட்டுள்ளனர்.

வரலாறு நெடுகிலும், தங்கள் பக்கம் நின்று விவசாயப் பிரச்னைகளை அணுகக்கூடிய ஓர் அரசுக்காக விவசாயிகளும் விவசாயத் தொழிலாளிகளும் நீண்ட நெடுங்காலமாக ஏக்கத்துடன் காத்திருக்கிறார்கள்.

19

தினங்களின் அரசியல்

"ஆண்டுக்கு ஆண்டு, தேதிக்குத் தேதி ஆயிரம் இருக்குது சுபதினம்" என்றொரு திரைப்படப் பாடல் உண்டு. அந்தப் பாட்டு வந்த பிறகு இன்னும் எத்தனையோ "தினங்கள்" நமக்கு வந்து சேர்ந்துவிட்டன. உலகமய ஊடகங்களின் வருகையோடு அதன் உடனிகழ்வாக வந்த தினங்கள் பல. அதில் முதலாவது இடம் பிடித்தது, காதலர் தினம். பிப்ரவரி 14 அன்று காதலர்கள் பரிசுகளை வழங்குவதும் பூங்கா, கடற்கரை எனச் சென்று களித்திருப்பதும் எனக் கொண்டாடத் துவங்கினர். சமூக வலைத் தளங்களின் பெருக்கத்தோடு இன்னும் பல "தினங்கள்" நம் வாழ்வில் குறுக்கிட்டன. தந்தையர் தினம், அன்னையர் தினம், உலக இசை தினம் போன்ற தினங்களில் உருக்கமான பதிவுகளால் வலைத் தளங்கள் நிரம்பி வழியத்துவங்கின.

இந்தத் தினங்களில் எல்லாவற்றையும் எல்லோரும் இஷ்டப்படி இந்தியாவில் கொண்டாடிவிட முடியுமா? காதலர் தினத்தால் கடுப்பான நம் இந்துக் கலாச்சாரக் காவலர்கள், சுற்றித்திரியும் ஜோடிகளைப் பிடித்து அந்த இடத்திலேயே தாலியைக் கட்டச்சொல்லிக் கட்டாயப்படுத்துவதும் பெண்ணின் தாய், தந்தையருக்குப் போனைப் போட்டுப் 'போட்டுக்கொடுப்பதும்' போன்ற 'கலாச்சார நடவடிக்கை'களில் இறங்கினர்.

அத்தோடு கதை முடியவில்லை. வாலண்டைன்ஸ் டே என்பது ஒருவாரம் கொண்டாடப்படும் திருவிழா ஆனது. 12ஆம் தேதி அணைக்கும் நாள். 13ஆம் தேதி முத்தநாள் என்று பொது வெளிகளில் காதலர்கள் கட்டிப்பிடிக்கவும் முத்தமிட்டுத் தங்கள் காதலை வெளிப்படுத்தவும் துவங்கினர். நம்முடைய "கலாச்சார போலீசுக்கு" மூலத்தில் மிளகாய் அரைத்து வைத்தது போலானது. கேரள மாநிலம் கொச்சியில் ஒரு ஜோடி முத்தமிட்ட கபே அடித்து நொறுக்கப்பட்டது. காதலர்கள் கொதித்தெழுந்தனர். பொதுவெளியில் முத்தமிடுதல் ஒரு தேசிய இயக்கமாக மாறியது.

எல்லாத் தினங்களும் முழுவீச்சுடன் நம் மக்களால் கொண்டாடப்படுவதில்லை. சில பல பதிவுகளைப் போட்டுவிட்டு முடித்துக்கொள்ளும் தினங்களே அதிகம். பலவும்.

ஐரோப்பா, அமெரிக்கக் கண்டங்களிலிருந்து பிடுங்கி நடப்பட்ட தினங்கள்தாம். வடக்கே கோசலை நாட்டுக்கதை ஒன்றில் இருந்து பறித்துக்கொண்டு வந்த நட்ட தினம் ஒன்று குறுகிய காலத்தில் தமிழ் வாழ்வில் நிலைபெற்றது. அது அட்சய திரிதியை எனப்படும் "நகை வாங்கும் திருநாள்" நகைக்கடைகளுக்கு அடித்தது லாட்டரி. அந்நாளை 'பிறருக்கு அள்ளிக்கொடுக்கும் நாளா'கவும் கொண்டாட வேண்டும் என்று அதன் தோற்றக்கதை சொன்னாலும் நகை வாங்க எங்க கடைக்கு வாங்க என்கிற பேரழைப்புகள் பெற்ற கவனம் அதற்குக் கிடைக்கவில்லை.

எத்தனை புதிய தினங்கள் வந்தாலும் என்றென்றும் நம் வாழ்வில் நீடித்திருக்கும் சில தினங்கள் உண்டு. ஒன்று மே தினம். 1886இல் அமெரிக்காவின் ஹே மார்க்கெட்டில் எட்டு மணிநேர வேலை என்கிற முழக்கத்தோடு புறப்பட்ட தொழிலாளர் பேரணி ரத்தச்சகதியில் மூழ்கடிக்கப்பட்ட தினத்தை உலகமெங்கும் உழைப்பாளர்கள் கொண்டாடி வருகிறார்கள். இந்த தினத்தின் முக்கியத்துவத்தை மறைக்க விரும்பிய முதலாளிகள் அதே தினத்தில் செயிண்ட். ஜோசப் தினத்தையும் வசந்த காலத்தை வரவேற்கும் மே நாள் கொண்டாட்டத்தையும் பிரபலப்படுத்த முயன்றனர். அத்தனை சதிகளையும் முறியடித்துப் பறக்கிறது மே தினக்கொடி.

அடுத்த தினம் சர்வதேச மகளிர் தினமான மார்ச் 8. ஐரோப்பாவில் பிறந்தாலும் உலகெங்கும் பெண்கள் இயக்கங்களால் முன்னெடுக்கப்பட்ட இத்தினத்திற்கென்று ஒரு போராட்ட வரலாறு இருப்பதால் அத்தினம் பற்றிப் படர்ந்து பரவி நிற்கிறது. மறைந்த எழுத்தாளர் இரா. ஜவகர் "மகளிர் தினம்-உண்மையான வரலாறு" என்கிற சிறு நூலில் இத்தினத்தின் வரலாற்றை விளக்கியுள்ளார்.

நவம்பர் 14 பண்டித நேருவின் பிறந்த நாள். குழந்தைகள் தினமாகக் கொண்டாடுகிறோம். சர்வதேச அளவில் நவம்பர் 20 குழந்தைகள் உரிமைகளை வலியுறுத்தும் நாளாக குழந்தைகள் தினம் கொண்டாடப்படுகிறது. நேருவின் மரணத்துக்குப் பிறகு இந்தியாவில் தேதி மாற்றப்பட்டு நவ 14 என்றானது. குழந்தைகளின் கல்வி, குழந்தை உழைப்பு ஒழிப்பு, குழந்தைத் திருமணங்கள்

தடை என எல்லாமே இந்தியாவில் தீர்க்கப்படாத பிரச்னைகளாகவே நீடிக்கின்றன. போக்ஸோ சட்டம் போடும் அளவுக்குப் பெண் குழந்தைகளின் பாதுகாப்பு கேள்விக்குறியாக இருக்கிறது. இவற்றில் முறிப்பை ஏற்படுத்தி உண்மையிலேயே குழந்தைகள் தினத்தைக் கொண்டாட்டமாக்க அனைவரும் கரம் கோர்க்க வேண்டும்.

சில தினங்கள், மக்கள் மனங்களில் சில வரலாற்று உணர்வுகளைக் கிளர்த்தும் வல்லமை கொண்டவை. ஆகவே அதற்கு எதிரான சக்திகள் அத்தினங்களின் மீது கருஞ்சாயம் பூச முயல்வதும் நடக்கும். மே தினம் பற்றிப் பார்த்தோம். அதே போன்ற ஓர் தினம்தான் அண்ணல் அம்பேத்கரின் நினைவு தினமான டிசம்பர் 6. அம்பேத்கரின் சிந்தனைகள் மற்றும் செயல்பாடுகளால் உள்ளூற ஆத்திரம் கொண்ட சக்திகள் அத்தினத்தின் முக்கியத்துவத்தைக் குறைக்க முயற்சிகள் எடுத்தன. இன்று டிசம்பர் 6 என்பது அம்பேத்கர் தினமாக மட்டும் இல்லை. பாபர் மசூதி இடிக்கப்பட்ட தினமாக மாற்றப்பட்டுவிட்டது.

என்சிஆர்டி பாடப்புத்தகத்திலிருந்து டார்வின் நீக்கப்பட்டது போல மக்கள் நினைவுகளிலிருந்து சில தலைவர்களை, சில தினங்களை நீக்கிவிடச் சில சக்திகள் தொடர்ந்து முயற்சித்தாலும் சில தினங்களை யாராலும் அசைக்க முடியாது. ஏனெனில் அத்தினங்களுக்குப் பின்னால் ஒடுக்கப்பட்ட/உழைப்பாளி மக்களின்/, பெண்களின் ஏக்கங்களும் பெருமூச்சுகளும் கண்ணீரும் கோபாவேசமும் எழுந்து நிற்கின்றன.

எல்லாத் தினங்களையும் முகநூல் பதிவுகளில் கடந்து விடுவதைப்போல சில தினங்களை நம்மால் கடந்து விடவும் கூடாது. மே தினம், மகளிர் தினம், அம்பேத்கர் தினம், பெரியார் தினம், பிப் 28 அறிவியல் தினம் போன்றவை நம் சமூக வாழ்வின் திசை வழியைத் தீர்மானிக்கும் தினங்கள். அவற்றை நாம் அர்த்தப்பூர்வமாகவும் மனப்பூர்வமாகவும் எப்போதும் கொண்டாட வேண்டும்.

20
கண்டா வரச்சொல்லுங்க...

2017 நவம்பர் இறுதியில் இலங்கை அருகே உருக்கொண்டு வடக்கு நோக்கி நகர்ந்து வந்து கன்னியாகுமரி மாவட்டத்தின் கரையோரப்பகுதிகளைத் தாக்கிப் பெரும் பொருட்சேதத்தையும் உயிர்ச்சேதத்தையும் ஒக்கி புயல் ஏற்படுத்தியபோது -மக்கள் ஆபத்திலிருந்தபோது அன்றைய முதலமைச்சர் உடனடியாகக் களத்துக்கு வந்து தங்களைச் சந்திக்கவில்லை என மக்கள் புகார் கூறினர். ஒக்கி புயல் சேதங்களைப்பற்றி திவ்யபாரதி எடுத்து வெளியிட்ட படத்தின் பெயர் "ஒருத்தரும் வரலே" என்பது. எப்போதெல்லாம் இயற்கைச் சீற்றங்களாலோ அல்லது கலவரங்களாலோ மக்களுக்குப் பாதிப்புகள் ஏற்படும்போது நாட்டின் அமைச்சர்கள், முதலமைச்சர்கள், பிரதமர்கள் நேரில் வந்து ஆறுதல் சொல்ல வேண்டும் என மக்கள் எதிர்பார்ப்பது இயல்பானது. ஆனால் நம் தலைவர்கள் அப்படியெல்லாம் உடனுக்குடன் பதட்டத்துடன் வந்து அக்கறையுடன் மக்களைச் சந்திப்பது இல்லை. அப்படி வந்து சந்தித்து மக்களின் துயரில் பங்கு பெறும் தலைவர்கள் வரலாற்றில் இடம் பெறுவார்கள்.

இந்தியா சுதந்திரம் பெற்ற நாளில் விடுதலைப்போருக்குத் தலைமை ஏற்றிருந்த மகாத்மா காந்தி புதிய அரசு பதவி ஏற்கும் நேரத்தில் தலைநகரில் இருக்கவில்லை. மதக்கலவரத்தால் பாதிக்கப்பட்ட நவகாளியில்தான் இருந்தார். கல்கத்தாவில் மக்களோடு நடந்தார். பகைப்புயலுக்கு நடுவில் நின்று சமாதானக்கொடியை வீசிக்கொண்டிருந்தார். வரலாறு அவர் தியாகத்தை இடையறாது பேசிக்கொண்டிருக்கிறது.

இந்திய–பாகிஸ்தான் பிரிவினையின்போது ஏற்பட்ட மோதல்கள் கலவரங்களில் எண்ணற்றோர் கொல்லப்பட்டனர். பெண்கள் பாலியல் வல்லுறவுக்கு ஆளாயினர். அப்போது இந்தியாவின் முதல் பிரதமரான ஜவஹர்லால் நேரு உடனடியாகக் களத்தில் நின்றார். அவர் இறங்கியதால் அரசு எந்திரமும் இறங்கியது. அழிவின் பரிமாணம் குறைக்கப்பட்டது. பஞ்சாபில் தோஆ கல்சா என்கிற இடத்தில் எதிரிகள் தாக்க வருகிறார்கள் என்கிற தவறான

செய்தியைக் கேள்விப்பட்டுத் தாங்கள் மானபங்கம் செய்யப்பட்டுவிடக்கூடாதே என்று அஞ்சி ஒரு வீட்டில் கூடி ஒளிந்திருந்த பெண்கள் 90 பேர் அவ்வீட்டுக் கிணற்றில் குதித்துத் தற்கொலை செய்துகொண்டனர். அங்கே சென்று அந்தக் கிணற்றுக்குள் எட்டிப்பார்த்து நேருஜி கதறி அழுத செய்தி இன்றும் வரலாற்றில் ஒளிர்கிறது.

1957இல் முதுகுளத்தூரில் ஏற்பட்ட சாதிக்கலவரத்தில் எண்ணற்ற மக்கள் கொல்லப்பட்டனர். ஊர்கள் சூறையாடப்பட்டன. பலர் காயமுற்றனர். இராமநாதபுரம் மாவட்டமே பற்றி எரிந்துகொண்டிருந்தது. இன்று வரை தென் மாவட்டங்களில் சாதிய மோதல்களை முன்னெடுப்போருக்கு ஒரு தூண்டும் சக்தியாக அக்கொடிய நிகழ்வு இருந்துகொண்டிருக்கிறது. 'முதுகுளத்தூர் படுகொலை' என்கிற தன் ஆய்வு நூலில் அக்காலத்தைப் பதிவு செய்திருக்கிறார் வரலாற்றாய்வாளர் கா. அ. மணிக்குமார். அத்தகைய கலவர நேரத்தில் அன்றைய முதலமைச்சர் பெருந்தலைவர் காமராசர் அப்பகுதிக்குச் செல்லவில்லை. சட்டமன்றத்தில் எதிர்க்கட்சிகள் 'நீங்கள் ஏன் போகவில்லை?' என்று கேள்விகள் எழுப்பியபின்னும் அவர் போகவில்லை. அமைச்சர்கள் சி. சுப்பிரமணியம் போன்றோரை அனுப்பி வைத்தார்.

2018இல் தூத்துக்குடியில் ஸ்டெர்லைட் ஆலை எதிர்ப்பு இயக்கத்தின் நூறாவது நாளில் நடைபெற்ற துப்பாக்கிச்சூட்டில் 13 பேர் கொல்லப்பட்டனர். ஏராளமானோர் காயமடைந்தனர். அந்த நேரத்தில் பாதிக்கப்பட்ட மக்களைச் சந்திக்க கமல்ஹாசன் போனார். ரஜினிகாந்த் போனார். மற்ற தலைவர்களெல்லாம் போனார்கள். ஆனால் முதலமைச்சர் போகவில்லை. 2018 நாடாளுமன்றத் தேர்தல் பரப்புரையின்போதுதான் முதலமைச்சர் எடப்பாடி தூத்துக்குடிக்குச்சென்றார்.

2002 பிப்ரவரி கடைசியில் துவங்கி மார்ச் முதல் வாரம் முழுமையும் கோர நர்த்தனம் ஆடிய குஜராத் வன்முறைகளில் ஆயிரத்துக்கும் மேற்பட்டோர் கொல்லப்பட்டனர். 1946 கல்கத்தா வன்முறைகளுக்கு அடுத்த பெரிய வன்முறை நிகழ்வாக இது கருதப்படுகிறது. இந்தப் படுகொலைகளுக்குப் பின் 2001 ஏப்ரல் 4ஆம் நாள் அன்றைய பாரதப் பிரதமர் அடல் பிகாரி வாஜ்பாய் குஜராத்துக்கு நேரில் சென்றார். மக்களின் வேதனைக் குரல்களைச் செவிமடுத்தார். "இது ஒரு 'தேசிய அவமானம்' உலகத்தின் முன்னால் நாம் தலை குனிந்து நிற்கிறோம்" என்று

பத்திரிகையாளர்களிடம் பேசினார். வரலாறு அதை இன்னும் சொல்லிக்கொண்டிருக்கிறது. அவருடைய கட்சியாளர் தான் குற்றவாளிகள் என்பது வேறுகதை.

2004 இல் கும்பகோணம் பள்ளியில் ஏற்பட்ட தீ விபத்தில் 93 பச்சிளங்குழந்தைகள் பலியானார்கள். நாட்டையே குலுக்கிய துர்நிகழ்வானது. குழந்தைகளை இழந்த பெற்றோர்களின் கதறல் இரவெல்லாம் நம்மைத் தூங்கவிடாமல் துரத்தியது. அன்றைய முதல்வர் ஜெயலலிதா கும்பகோணத்துக்கு நேரில் சென்று பெற்றோர்களுக்கு ஆறுதல் சொன்னார்.

கேரளத்தின் 2018 மழை மற்றும் நிலச்சரிவுகள் காலத்தில் கேரள முதலமைச்சர் பினராயி விஜயன் வேட்டியை மடித்துக்கட்டிக்கொண்டு இடிபாடுகளுக்கு நடுவே நின்று பணியாற்றியதைப் பார்த்தோம். சென்னையில் மழை, வெள்ளம் வரும் சமயங்களில் நம்முடைய முதல்வர்கள் கலைஞர், மு. க. ஸ்டாலின் போன்றோர் வேட்டியை மடித்துக்கட்டிக்கொண்டோ, மழைக்காலணிகளை அணிந்துகொண்டோ மக்களோடு நிற்பதைப் பார்த்திருக்கிறோம்.

அரசியல் தலைமைகள் நேரில் செல்வதன் மூலம் மக்களுக்கு "நாம் தனித்து விடப்படவில்லை. நமக்கு ஆதரவாக இந்த நாடும் அரசும் நிற்கிறது" என்கிற உணர்வை அது தரும். கைவிடப்பட்ட உணர்விலிருந்து மீள இதுபோன்ற நேரடி விஜயங்கள் நிச்சயமாக ஒரு பற்றுக்கோடாக இருக்கும். பிரதமரோ, முதலமைச்சரோ நேரில் செல்கையில் மந்தமான நிர்வாக நடவடிக்கைகளும்கூடச் சில நாட்களுக்கேனும் வேகம் பெறும்.

இத்தகைய பின்னணியில்தான் சமீபகாலங்களாக நம்மை வேதனைக்குள்ளாக்கிக் கொண்டிருக்கும் மணிப்பூர் இனக்கலவரங்களைப் பார்க்க முடியும். வெளிநாடுகளுக்கெல்லாம் பறக்கும் நம் மாண்புமிகு பாரதப் பிரதமர் மோடி இன்றுவரை மணிப்பூருக்கு நேரில் செல்லாதது ஏன் என்ற கேள்வி வலுவாக எழுகிறது. அதைப்பற்றி அவர் பேசவும் இல்லை. பத்திரிகையாளர்களுக்கு அடுத்து நம் பிரதமர் சந்திக்க விரும்பாத ஒன்றாக மணிப்பூர் ஆகி விட்டது. இன்று உடனடியாக அங்கு அமைதி திரும்ப வேண்டும். பாதிக்கப்பட்ட மக்களுக்கு நிவாரணமும் ஆறுதலும் வேண்டும். பகை விதைத்து ஆதாயம் தேடும் வகுப்புவாத அரசியல் ஆட்டங்கள் நிறுத்தப்பட வேண்டும். எல்லாவற்றுக்கும் மேலாக பிரதமர் அங்கு செல்ல வேண்டும்.

21
அந்த 45 நிமிடங்கள்

உலகின் ஒவ்வொரு பகுதியின் சரித்திரமும் பெண்களின் உடல்மீதுதான் எழுதப்பட்டு வந்துள்ளது. எந்த ஒரு நாட்டின் ராணுவமும் இன்னொரு நாட்டுக்குள் நுழைந்தால் முதல் பலியாவது அந்நாட்டுப் பெண்களே. பாலியல் வன்முறைக்கு ஆளாக்கப்பட்டுப் பெண்கள் கொல்லப்படுவது வரலாற்றின் ஒவ்வொரு பக்கத்திலும் எழுதப்படுகிறது. எழுதப்பட்டு வருகிறது. இரு குழுக்களிடையே ஏற்படுகின்ற அரசியல் பகை நெருப்பில் முதலில் வாட்டப்படுவதும் பெண்ணுடலே. அது உலகமகா யுத்தங்களானாலும் சரி. செர்பிய-க்ரோஷிய யுத்தமானாலும் சரி. இந்திய-பாகிஸ்தான் பிரிவினை ஆனாலும் சரி, இலங்கைக்குள் இறங்கிய இந்திய அமைதிப்படை ஆனாலும் சரி. மணிப்பூரில் அரை நூற்றாண்டு காலமாக நிலைகொண்டிருக்கும் இந்திய ராணுவமானாலும் சரி. பெண்கள் உடல் மீது செலுத்தும் வன்முறையில் மாற்றமில்லை.

இந்திய-பாகிஸ்தான் பிரிவினையின்போதும் எண்ணற்ற பாலியல் தாக்குதல்களைப் பெண்கள் இருதரப்பிலும் சந்தித்தனர். இன்று மணிப்பூரில் நடைபெற்ற நிர்வாண ஊர்வலத்தைப்போல 1947 பிரிவினையின்போது பெண்கள் நிர்வாணப்படுத்தப்பட்டு ஊர்வலமாக அழைத்துச் செல்லப்பட்டதும் நடனமாட நிர்ப்பந்திக்கப்பட்டதும் என நடந்த கொடுமைகளையெல்லாம் அந்தப் பெண்களே சொல்ல, ஆய்வாளர் ஊர்வசி புட்டாலியா தன்னுடைய 'Theother side of Silence' நூலில் விரிவாகப் பதிவு செய்திருக்கிறார்.

1995இல் நடைபெற்ற பொஸ்னிய யுத்தத்தில் செர்பியப் படைகள் கொசோவா பெண்களைப் பலாத்காரமாகத் தூக்கிச் சென்று கூட்டு வல்லுறவு செய்தனர். இதற்கென்றே 'வல்லுறவு முகாம்' RAPE CAMPSகளை அமைத்து வருடக்கணக்கில் அப்பெண்களை வல்லுறவு செய்து அவர்கள் கருவுற்ற பின்னர் வெளியே அனுப்பியுள்ளனர். கொசோவா பெண்களின் வயிற்றில் செர்பிய வித்தை இடுகின்ற குரூர இனவெறியின் வெளிப்பாடாக இக்கொடுமையைச் செய்தனர் என்று சமீபத்திய வரலாறு குறிப்பிடுகின்றது.

மணிப்பூர் கொடுமை ஓர் தனித்த நிகழ்வாகப் பார்க்கப்படக்கூடாது. இந்த ஆணாதிக்க உலகத்தின் பொது விதியாகப் பன்னெடுங்காலமாகத் தொடர்கின்ற ஒன்றாகவே புரிந்துகொள்ளப்பட வேண்டும். அதுமட்டுமின்றி மணிப்பூருக்கென சிறப்பான துயரங்களை இந்திய நாடென்ற அளவில் நாம் வழங்கி வந்திருப்பதையும் இந்த நேரத்தில் மனச்சாட்சியுடன் நினைவுபடுத்திக்கொள்ள வேண்டும். இதன் பொருள் மணிப்பூர் நிலைமைக்குக் காரணமான இன்றைய மத்திய மற்றும் மணிப்பூர் ஆட்சியாளர்களின் குற்றங்களைக் குறைத்து மதிப்பிட வேண்டும் என்பதல்ல.

மணிப்பூரில் 1949ஆம் ஆண்டு நுழைந்த இந்தியப் படைகள் இன்றுவரை வெளியேறவில்லை. மணிப்பூர் மக்களின் வாழ்வுரிமையைப் பறிக்கும் AFSPA எனப்படும் ராணுவத்துக்குச் சிறப்பதிகாரம் வழங்கும் சட்டத்துக்கு எதிராக அம்மக்கள் நடத்திய போராட்டங்களை நாம் மறக்க முடியுமா? பதினாறுஆண்டுகாலம் பச்சைத்தண்ணீர்கூடப் பல்லில் படாமல் உண்ணாநோன்பிருந்த இரோம் ஷர்மிளாவை மறக்க முடியுமா? 2004 இல் மனோரமா என்கிற 32 வயதுப்பெண் ராணுவத்தினரால் பாலியல் வன்முறை செய்யப்பட்டுக் கொல்லப்பட்ட பின்னணியில் "எங்களைப் பாலுறவு செய் இந்திய ராணுவமே" என்கிற பதாகையுடன் மணிப்பூரின் பல்வேறு பகுதிகளைச் சேர்ந்த வயதான தாய்மார்கள் 12 பேர் ராணுவத் தலைமையகத்தின் முன்னால் தங்கள் ஆடைகளைக் களைந்து நிர்வாணப் போராட்டம் நடத்தியதைத்தான் நம்மால்மறக்க முடியுமா? அவர்கள் நிர்வாணமாக நின்று முழக்கம் எழுப்பிய அந்த 45 நிமிடங்கள் இந்தியாவைக் குலுக்கியது. ஒவ்வொரு இந்தியரின் மனச்சாட்சியையும் உலுக்கியது. உலகையே அதிர வைத்தது. ஆனாலும் மத்திய அரசு இன்றுவரை அந்த கொலைகாரச் சட்டத்தை முற்றிலுமாக மணிப்பூரில் நீக்கவில்லை. இன்னும் தொடர்கிறது. அந்தப் பெண்கள் 12 பேரில் ஒருவர் இறந்து விட்டார். எஞ்சியிருப்பவர்களில் ஒருவரான லைஷ்ராம் கியனேஸ்வரி அளித்த நேர்காணல் இப்போதும் நெஞ்சில் நின்று அறுத்துக்கொண்டிருக்கிறது. "நான் நிர்வாணப் போராட்டத்தில் பங்கேற்க அதிகாலை 5 மணிக்கே கிளம்பினேன். நான் பங்கேற்பது பற்றி என் கணவருக்குக் கூடத் தெரிவிக்கவில்லை. இப்போராட்டத்திற்குப் பின் நான் உயிரோடு திரும்புவேனா என்று தெரியாது. கடைசியாக ஒருமுறை என் கணவரின் (தூங்கிக்கொண்டிருந்த அவரின்) பாதங்களைத் தொட்டு வணங்கி

மானசீகமாக விடைபெற்றுப் புறப்பட்டேன்". என்ன ஒரு களங்கமற்ற, அப்பாவியான குடும்பப் பெண்ணாக இருந்தும் துணிச்சலுடன் அப்போராட்டத்தில் பங்கேற்றுள்ளார்! 12 பெண்களுமே அப்படிப்பட்ட பின்புலத்திலிருந்து வந்தவர்கள்தாம்.

வடகிழக்கு இந்தியாவின் மாநிலங்களுக்கும் குறிப்பாக மணிப்பூருக்கும் நாம் அரை நூற்றாண்டுக்கும் மேலாகத் துரோகம் இழைத்து வருகிறோம். ஒரு சாதாரண குடிமக்களாக நமக்கு ஏற்படும் இந்தக் குற்ற உணர்வு ஏன் ஆட்சியாளர்களுக்கு ஒருபோதும் ஏற்படவில்லை? என்கிற கேள்வி வந்துகொண்டே இருக்கிறது. மன்னரோடு கையெழுத்துப்போட்டு 1949இல் மணிப்பூரை இந்தியாவுடன் இணைத்துக்கொண்ட நாளிலிருந்து மணிப்பூர் எரிந்துகொண்டேதான் இருக்கிறது (இப்போதும் உடனடிக் குற்றவாளியான பாஜகவைவிட்டு விடக்கூடாது).

எரிகிற நெருப்பில் நெய் வார்க்கும் பணியைத்தான் மணிப்பூரில் பாஜாகவின் பிரேன் சிங் அரசு இப்போது செய்து வருகிறது. எல்லா மோதல்களிலும் போலவே இப்போது இந்த மெய்தி-குகி இன மோதலிலும் பெண்கள் மானபங்கம் செய்யப்படுவது தொடர்கிறது. மணிப்பூரில் மட்டுமல்ல, தமிழ்நாட்டில் இன்றும் தொடர்கின்ற ஆணவக்கொலைகளும் நேற்றைய காலத்தில் நடந்த உடன்கட்டை ஏறுதலும் நாம் ஆணாதிக்க சமூகமாகவும் சாதிய சமூகமாகவும் தொடர்கிறோம் என்பதன் சாட்சியங்களன்றி வேறென்ன?

பெண்ணை சக மனுஷியாகப் பார்க்காததும் பெண் உடல் மீது செலுத்தப்படும் வன்முறையை எதிர் இனத்தின் மீது கொடுக்கப்படும் அடியாகப் பாவிக்கும் மனநிலையும் மாறுவது எப்போது? பெண்ணுடலை ஆடை களைந்து பார்க்கத் துடிக்கும் ஆண் மனதை எந்த வெடிகுண்டை வைத்துத் தகர்க்கப்போகிறோம்? இணையத்தில் தங்கு தடையின்றிப் புழக்கத்தில் உள்ள போர்னோ தளங்களின் வெற்றிப் பயணத்தின் பின்னால் உள்ள ஆண் உளவியலின் தொடர்ச்சியாகவும் மறுபக்கமாகவும்கூட இந்த நிர்வாண ஊர்வலங்களைப் பார்க்க வேண்டும்.

நிர்வாணத்தையே தங்கள் போராட்ட ஆயுதமாக மாற்றிக்காட்டிய மணிப்பூரின் அந்த எளிய குடும்பத்துப் பெண்களின் வீரத்தையும் தியாகத்தையும் ஏனோ இந்நேரம் மீண்டும் மீண்டும் நினைத்துப் பார்க்கத் தோன்றுகிறது.

22
யார் சொன்னா கேப்பீங்க?

பொதுவாக நீதிமன்றம் என்பதும் 'அரசு' என்கிற ஆளும் வர்க்கத்தைக் காக்கும் வன்முறைக் கருவியின் ஒரு பாகம் என்றுதான் வர்க்க அரசியல் பேசுவோர் கூறுவர். ஆனால் அந்த நீதிமன்றமே மத்திய, மாநில அரசுகளைக் கண்டிக்கும் அளவுக்கு நாட்டின் சமீபத்திய நிகழ்வுகள் செல்கின்றன என்பது உண்மையில் கவலையளிக்கிறது. மணிப்பூரில் மே 4 அன்று இரு பழங்குடிப் பெண்கள் கும்பல் வன்முறைக்கு ஆளான சம்பவம் ஜூலை 19 அன்று வெளியில் தெரிந்தது. நாடெங்கும் அச்சம்பவத்தைக் கண்டித்துக் கண்டன இயக்கங்கள் நடைபெற்று வருகின்றன.

இப்பின்னணியில் ஜூலை 20 அன்று உச்ச நீதிமன்றம் தானாக முன்வந்து இந்த வழக்கை விசாரணைக்கு எடுத்துக்கொண்டது. ஜூலை 31 அன்று தலைமை நீதிபதி டி. ஒய். சந்திரசூட், ஜே. பி. பர்திவாலா, மனோஜ் மிஸ்ரா அமர்வு வழக்கை விசாரித்தது. அப்போது தலைமை நீதிபதி தெரிவித்த சில கருத்துக்கள் பாதிக்கப்பட்ட மக்களுக்குச் சற்றே ஆறுதலைத் தரும் விதமாக அமைந்திருந்தன. "ராஜஸ்தான், மேற்கு வங்கம், சத்தீஸ்கர் உள்ளிட்ட மாநிலங்களிலும் பெண்களுக்கு எதிரான குற்றங்கள் நடைபெறவில்லையா என்று கேள்வி எழுப்பி மணிப்பூர் சம்பவத்தை அரசுத்தரப்பு நியாயப்படுத்தக் கூடாது. பாதிக்கப்பட்ட இந்த இரு பெண்களுக்கு நீதி கிடைக்க வேண்டும் என்று இந்த நீதிமன்றம் எந்த அளவுக்கு விரும்புகிறதோ அதே அளவுக்கு இதுபோல பாதிக்கப்படும் பிற மாநிலப் பெண்களுக்கும் நீதி கிடைக்கும் ஒரு வழிமுறையை உருவாக்க வேண்டும்" என நீதிபதி தெரிவித்துள்ள கருத்து முக்கியமானது. "டெல்லியில் நடந்த நிர்பயா வழக்கு போன்றதல்ல மணிப்பூர் வழக்கு. இங்கு காவல்துறையினரே அவ்விரு பெண்களையும் வன்முறைக் கும்பலிடம் ஒப்படைத்துள்ளனர். இனக்கலவரம், மதக்கலவரங்களுக்கு மத்தியில் இச்சம்பவம் நடைபெற்றுள்ளது. பாதிக்கப்பட்ட மக்களுக்கு அரசு நிர்வாகத்தின் மீது நம்பிக்கை உருவாக வேண்டும். மணிப்பூர் மாநிலத்தில் இன்னமும் அமைதி திரும்பாதிருப்பது அதிர்ச்சியைத் தருகிறது. பாதிக்கப்பட்ட

2 பெண்களுக்கும் நாங்கள் நீதி வழங்குவோம்" என்று நீதிபதி சந்திரசூட் தெரிவித்துள்ளார்.

நாட்டின் அரசியல் தலைவரான பிரதமர் வாயிலிருந்து இப்படி ஓர் ஆறுதலான வார்த்தையை வரவைப்பதற்காக எதிர்க்கட்சிகள் அரசின் மீது நம்பிக்கை இல்லாத் தீர்மானம் கொண்டுவருமளவுக்கு மோசமான ஒரு சூழலை சுதந்திர இந்தியா இதுவரை சந்தித்ததில்லை. "ஒரு வார்த்தை கேட்க ஒரு வருசம் காத்திருந்தேன்" என்கிற சினிமாப் பாட்டின் கதைதான் நடக்கிறது. அவர் பேசி என்ன ஆகப்போகிறது. அவர் என்னதான் பேசிவிடப்போகிறார் என்பது அடுத்த கேள்வி.

தமிழ்நாட்டில் வலதுசாரி அறிஞர் ஒருவர் இந்த ஆறுதல் வார்த்தைகள் சொன்ன உச்ச நீதிமன்றத்தை நக்கல் செய்து கைதாகி வெளியில் வந்துள்ளார். மணிப்பூர் மக்களைப் பாதுகாப்பதைவிட செயலற்ற அரசுகளைப் பாதுகாப்பது முக்கியமாகிவிட்டது அவருக்கு.

வலதுசாரிகள் "குஜராத் மாடல்" "மணிப்பூர் மாடல்" என்று புதுப்புது மாடல்களை சீட்டு இறக்குவதுபோல இறக்கிக்கொண்டிருக்கிறார்கள். அனுமார் வாலில் வைத்த தீ ஒவ்வொரு இடமாகப் பரவுவதுபோல இவர்கள் வைக்கும் தீ மணிப்பூருக்கு அடுத்து இப்போது ஹரியானாவில் பற்றிக்கொண்டதாகப் பத்திரிகைகள் கார்ட்டூன் வரைகின்றன.

"முன்னை இட்ட தீ முப்புரத்திலே
பின்னை இட்ட தீ தென் இலங்கையில்
அன்னை இட்ட தீ அடிவயிற்றிலே
யானும் இட்ட தீ மூள்க மூள்கவே"

என்கிற பட்டினத்தார் பாடலில் வருவதுபோல தீ பரவுகிறது. அந்தத் தீ எல்லாம் நல்வினை நோக்கில் எழுந்தவை. இன்றிவர் இட்ட தீ தீவினையாற்றப் பிறந்தவை. தேசம் சிதைக்கப் பிறந்தவை. மீண்டும் உச்ச நீதிமன்றம் ஹரியானா கலவரங்கள் குறித்துக் கண்டனத்தையும் கவலையையும் வெளிப்படுத்தியுள்ளது. ஹரியானா மாநிலத்தில் சங் பரிவாரங்களில் ஒன்றான விஸ்வஹிந்து பரிஷத் ஜூலை இறுதியில் நடத்திய 'பிரிஜ் மண்டல் ஜலாபிஷேக் யாத்ரா' எனப்படும் ஊர்வலத்தின் மீது யாரோ சிலர் கல்லெறிய, சங் பரிவாரங்கள் எதிர்பார்த்தபடி இஸ்லாமியர் மீது தாக்குதல் தொடுக்கத் துவங்கினர்.

செக்டார் 57இல் உள்ள அஞ்சுமான் மசூதி தீ வைக்கப்பட்டது. அம்மசூதியின் இமாம் 19 வயது ஹபீஸ் சாத் படுகொலை செய்யப்பட்டார். இதுவரை 6 பேர் கொல்லப்பட்டுள்ளனர். இஸ்லாமியர் கடைகள் சூறையாடப்பட்டு வருகின்றன. கலவரம் அதாவது இஸ்லாமியர்மீதான தாக்குதல் பரவிக்கொண்டிருக்கிறது.

கலவரத்தை நடத்தியவர்களே டெல்லியில் ஹரியானா கலவரத்தைக் கண்டித்து கண்டன ஆர்ப்பாட்டமும் நடத்தி நம்மைப் பார்த்து நகைக்கின்றனர். உச்ச நீதிமன்ற நீதிபதிகள் "தில்லி உள்ளிட்ட இடங்களில் நடத்தப்படும் பேரணிகளில் வன்முறை மற்றும் வெறுப்பைத் தூண்டும் பேச்சுகளை போலீசார் அனுமதிக்கக்கூடாது. வன்முறைகள் நிகழாமல் தடுக்க உ.பி. ஹரியானா, தில்லி மற்றும் ஒன்றிய அரசுகள் நடவடிக்கை எடுக்க வேண்டும்" என்று உத்தரவிட்டுள்ளனர்.

எல்லாம் முடிந்த பிறகு "இந்தியாவின் மகள்களைக் காப்போம் என அகண்ட மார்பைத்தட்டி நிற்கும் மத்திய அரசு, உச்ச நீதிமன்ற நீதிபதிகளின் கவலையையும் கண்டனத்தையும் கண்டுகொள்ளுமா? தமிழ்நாட்டு வலதுசாரி அறிஞரின் நக்கல் பேச்சு, பரிவாரங்களின் அரசு எத்திசையில் யோசிக்கிறது என்பதற்கான ஓர்அடையாளம்தான்.

இன்னும் வகுப்புவாத மயமாக்கல் நீதித்துறையில் முழுமை பெற்றுவிடவில்லை என்பது ஒன்றுதான் நமக்கிருக்கும் தற்காலிக விடுதலையும் ஆறுதலும். 2024 நாடாளுமன்றத் தேர்தலைச் சந்திக்க வகுப்புவாதம் தன்னைத் தயார் செய்துகொண்டுள்ளது என்பதன் வெளிப்பாடுகளாகத்தான் நாம் மணிப்பூரையும் ஹரியானாவையும் காண வேண்டும். கோத்ரா சம்பவத்தின் தொடர்ச்சியாக குஜராத்தில் பந்த் அறிவித்ததும் இஸ்லாமியர்களை அழித்தொழிக்கும் இயக்கத்தை 2002இல் முன்னெடுத்ததும் இதே விஸ்வஹிந்து பரிஷத் தான் என்பது நினைவுக்கு வருகிறது.

பத்தாண்டுகளாகப் பதவியில் இருக்கிறீர்கள். குடியரசுத் தலைவரில் துவங்கி பிரதமர், உள்துறை அமைச்சர், பல மாநில முதலமைச்சர்கள், பல நீதிபதிகள், காவல்துறை அதிகாரிகள், ஊடகங்களின் தலைமைகள் முதல் டெஸ்க்கில் உட்கார்பவர் வரை நீங்கள்தான் இருக்கிறீர்கள். இன்னும் என்னதான் வேண்டும் உங்களுக்கு? பகைமைத் தீ வளர்த்து எம் மக்களைப் பலி கொள்ளும் உங்கள் மூர்க்கம் எப்போதுதான் அடங்கும்?

23

துக்க நாள் அல்ல என்றாலும் துக்கமாயிருந்தது

இந்த ஆண்டு சுதந்திர தினம் முன்எப்போதும் இல்லாத அளவுக்கு நமக்கு மன அழுத்தம் தந்த தினமாகக் கடந்து சென்றது. தேசியக்கொடியை ஏற்றிவிட்டு ஆட்சியாளர்கள் அவிழ்த்து விடும் புளுகு மூட்டைகளும் வெட்டித் தேசியப் பெருமிதப் பீற்றல்களும் நம் மக்களுக்குப் புதியதல்ல. ஆகவே அது காரணமல்ல. பல காரணங்கள் இருந்தாலும் குறிப்பாக இரண்டு விஷயங்கள் பற்றிப் பேசியாக வேண்டும்.

பத்திரிகையாளர்களைச் சந்தித்துப் பழக்கமில்லாத பிரதமரை, பாராளுமன்றத்தில் பொறுப்பாக உட்கார்ந்து உறுப்பினர்களின் கேள்விகளுக்குப் பதில் சொல்லியும் பழக்கமில்லாத பிரதமரை, வம்படியாக இழுத்து வந்து இரண்டேகால் மணி நேரம் பேசவைத்தார்கள் எதிர்க்கட்சி உறுப்பினர்கள். ஆனாலும் அவர் இரண்டு மணிநேரம் மணிப்பூரைப்பற்றிப் பேசாமல் எதிர்க்கட்சிகளைக் குறி வைத்து அவரது கட்சி மேடையில் தேர்தல் பிரச்சாரத்தில் பேசுவதுபோலப் பேசிக்கொண்டே இருக்க, எதிர்க்கட்சி உறுப்பினர்கள் வெளிநடப்புச் செய்தனர். அதற்குப்பிறகு ஒரு 15 நிமிடம் மணிப்பூரின்மகள்களைக் காக்க(எதிர்பார்த்தபடி) உறுதி பூண்டு சூளுரைத்தார் பிரதமர். ராகுல்காந்தியின் கேள்விகளால் தொந்தரவுக்காளான ஆளும் கட்சியினர் கேள்விகளை ஒதுக்கிவிட்டு அவரது பறக்கும் முத்தத்தை இறுகப்பற்றி மேலெழுந்து வர முயன்று தோற்றுக்கொண்டிருந்தார்கள்.

பாராளுமன்ற நிகழ்வுகள் மிகுந்த கவலையளிக்கின்றன. பொறுப்பில் இருப்பவர்கள் பொறுப்பாகப் பதில் சொல்லும் கடமை தமக்கு இருப்பதாகக் கிஞ்சித்தும் உணரவில்லை. மறைந்த முதல்வர் ஜெ. ஜெயலலிதாவின் சேலையை இழுத்துத் தன் உரையை மூடிக்கொண்டிருந்தார் நிதி அமைச்சர். மாண்புமிகு நிதியமைச்சர் நாட்டுக்குப் பதில் சொல்வது ஒருபுறம் இருக்கட்டும். அவரது வீட்டிலிருந்து எழும் கேள்விகளுக்கேனும் அவரால் பதில் சொல்ல முடியுமா?

நாடறிந்த பொருளாதார அறிஞரும் திருமதி நிர்மலா சீத்தாராமனின் வாழ்க்கைத் துணைவருமான திரு. பரக்காலா பிரபாகர் அவருடைய

Midweek Matters உரைகளில் ஒவ்வொரு வாரமும் புதன்கிழமை மதிய இடைவேளையில் எழுப்பும் கேள்விகளுக்கு அவரிடம் விடை உண்டா? 2024இல் பாஜக தோற்கடிக்கப்பட்டாலும் அவர்கள் இதுகாறும் செய்து வைத்துள்ள நாசங்களைச் சரிசெய்யப் பல ஆண்டுகள் ஆகும் என்று பரக்காலா பிரபாகர் முன்வைக்கும் கவலைகளுக்கு ஆறுதல் சொல்லும் வார்த்தைகள் நிதி அமைச்சரிடம் உண்டா?

பரக்காலா பிரபாகரின் நூலான ‘*THE CROOKED TIMBER OF NEW INDIA*’ வை சமீபத்தில் வாசித்தபோது, மிகுந்த நிதானத்துடனும் புள்ளி விவரங்களின் ஆதாரத்தோடும் பாஜகவின் பொய்களை அவர் கட்டுரைக்குக் கட்டுரை தோலுரித்து வைப்பதைக் காண முடிந்தது. 2019 ஆகஸ்ட் 15 சுதந்திர தின உரையில் மோடிஜி முன்வைத்த “மக்கள் தொகைப்பெருக்கம் பெரிய நெருக்கடியை உருவாக்குகிறது” என்கிற வாதம் எவ்வளவு பொய்யானது என்பதை ஒரு கட்டுரையில் விவரிக்கிறார். ஒரு சோற்றுப்பதம் அக்கட்டுரை.

இந்த ஆண்டு சுதந்திர தின விழாவில் ஊழலும் குடும்ப அரசியலும்தான் நாட்டின் பெரிய எதிரி என்பதுபோல பேசியுள்ளார் மோடிஜி. நாங்குநேரியில் பள்ளி மாணவர்கள் அரிவாள் எடுத்துச் சகமாணவரைக் கொலைவெறியோடு தாக்கிய கொடுமையும் மணிப்பூரில் இனவாத அரசியல் பாஜக ஆட்சியின் நல்லாசியுடன் பற்றி எரிந்துகொண்டிருப்பதும் நமது கவலையாக இருக்க பாரதப் பிரதமரின் கவலையெல்லாம் குடும்ப அரசியலைப்பற்றியதாக இருக்கிறது. வெட்டித் தேசியப்பெருமிதங்களும் சாதிப்பெருமிதங்களும் மாணவர்கள்களைக் கொலைக்குற்றவாளிகளாக்கிக் கொண்டிருக்கின்றன. பெண்களை மானபங்கம் செய்து இனப்பெருமையை நிலைநாட்டிக்கொண்டிருக்கிறது. ஆளும் கட்சி இசுலாமிய மக்களின் குடியிருப்புகளைத் தகர்த்துத் தெருவில் நிறுத்தும் ‘புல்டோசர் அரசியலைக்’ கையில் எடுத்து நிற்கிறது. அவக்கேடான ‘குடியுரிமைச் சட்டம்’ என்கிற ஒன்று நிறைவேறுமுன்னே இந்த ஆட்டத்தைத் துவக்கியிருக்கிறார்கள். ஒரு சாதாரணக் குடிமகனாக நமக்கு அச்சம் மிகுந்து எழுகின்றது.

எங்கே போகிறது நாடு? எங்கே அழைத்துச் செல்கிறீர்கள் நாட்டை? மிகவும் பிற்போக்கான கருத்தியலுக்குள்ளும் கலாச்சாரத்துக்குள்ளும் சிக்கிக்கிடக்கும் இந்தச் சமூகத்தை சமத்துவத்தையும் அறிவியல் மனப்பான்மையையும் நோக்கி அழைத்துச்செல்ல வேண்டியதுதான் இன்றைய முக்கியமான

அரசியல் கடமை. ஆனால் மத்திய அரசு தன் கீழ் இயங்கும் விஞ்ஞான் பிரச்சார்போன்ற அறிவியல் பரப்பும் துறைகளுக்கு மூடுவிழா நடத்த முயன்று கொண்டிருக்கிறது. அறிவியலைப் பரப்புவது வகுப்புவாத அரசியலுக்குஆபத்தல்லவா? குடும்ப அரசியல்தான் முக்கியப் பிரச்னை என்று பேசிக்கொண்டிருப்பது திசைதிருப்பும் அரசியலன்றி வேறொன்றுமில்லை.

நேருவின் மீதும் அவர் வாரிசுகள் மீதும் இவர்களுக்கு என்ன கோபம் என்று நமக்குப் புரியாமலில்லை.

76 ஆண்டுகால சுதந்திர இந்தியாவில் பல முன்னேற்றங்களை நாடு கண்டிருக்கிறது. பல நல்ல சட்டங்கள்–பெண் விடுதலையை நோக்கியும்–சமத்துவம் நோக்கியும்-கொண்டுவரப்பட்டுள்ளன. ஆனால் நம் சிவில் சமூகமும் நம் பண்பாடும் படுபிற்போக்காக இருக்கிறதே. அதைப் பயன்படுத்தும் சாதி, மத அரசியல்வாதிகள்தாமே ஆட்சிக்கு வருகிறார்கள்? இதில் முறிப்பை ஏற்படுத்துவது எப்படி என்கிற பெருங்கவலையுடன் இந்தச் சுதந்திர தினம் கடந்து சென்றுள்ளது.

1947 ஆகஸ்ட் 15 சுதந்திர தினத்தைத் துக்க நாளாக அனுஷ்டிக்குமாறு பெரியார் அறைகூவல் விடுத்த அறிக்கையில் இவ்விதம் குறிப்பிட்டார்:

“இந்தியர்களில் எல்லாக் கட்சி மக்களிடையேயும் அதிகாரத்தை ஒப்புவிக்காமலும், எல்லோருடைய குறைகளைக் கேட்காமலும், எல்லாக் கட்சியாரையும் சமரசப்படுத்தாமலும், தங்களுக்குப் பல வழிகளிலும் வியாபாரத்திற்கும் பிரிட்டன் நலத்திற்கும் சில இரகசிய ஒப்பந்தங்களைச் செய்துகொண்டு காங்கிரஸ்காரரிடம் மாத்திரம் அதாவது, பார்ப்பன ஆதிக்கமும் வடநாட்டார் சுரண்டல் வசதியும் கொண்ட- ஒரு சுயநல தந்திர சூழ்ச்சி கொண்ட கோஷ்டியார் கைக்கு அதிகாரத்தை மாற்றிவிட்டு, அவர்களுக்குப் பாதுகாப்புத் தரும் நிபந்தனையோடு அதிகாரத்தை மாற்றி இருக்கிறார்கள்.”

இவ்வாறு கூறிய பெரியார் நாட்டின் எல்லாப் பகுதிகளிலும் எதிர்காலத்தில் ‘நவகாளி’ உருவாகும் என்று இந்த அறிக்கையில் குறிப்பிட்டார். எல்லாக்கட்சியாரையும் செவிமடுக்காத குற்றத்தால் இன்று மணிப்பூரில் நவகாளி பற்றி எரிவதாகக் கொள்ளலாம். பெரியார் சொன்ன ’துக்க நாள்’ கருத்தைப் பின்னர் திராவிட இயக்கம் கைவிட்டது என்றாலும் முன்வைத்த சில கேள்விகள் அர்த்தமுள்ளவை.

24

ஒற்றைத்தீர்வு இல்லை

நாங்குநேரி பள்ளி மாணவர் சின்னத்துரை சக வகுப்புத் தோழர்களாலேயே அரிவாளால் கடுமையாக வெட்டப்பட்டப்பட்ட நிகழ்வு நம் எல்லோரையுமே உலுக்கியது. இளம் உள்ளங்களில் விதைக்கப்பட்டுவிட்ட சாதி உணர்வை எப்படி அழிப்பது என்கிற கவலை நம் எல்லோரையும் ஆட்கொண்டுள்ளது. ஆனால் அதைவிட அதிகமாக நம்மை உலுக்குகிற செய்தி என்னவென்றால் ஆதிக்க சாதியைச் சேர்ந்த சிலர் வலைத் தளங்களிலும் யூடியூப் சேனல்களிலும் பரப்பி வரும் ஒரு திட்டமிட்ட பொய்தான். இயக்குநர் மாரிசெல்வராஜின் “மாமன்னன்” திரைப்படமும் இயக்குநர் பா. ரஞ்சித்தின் திரை முயற்சிகளும்தான் சாதிய உணர்வைத் தூண்டி விட்டு நாங்குநேரி சம்பவத்துக்குக் காரணமாக அமைந்தன என்று தொடர்ந்து பரப்பி வருகிறார்கள். இதில் சாதியவாதியாகத் திகழும் ஒரு படத்தயாரிப்பாளர் மாமன்னனின் வில்லன் கதாபாத்திரத்தைக் கொண்டாடி “நாங்க ரத்தினவேலு வம்சம்டா!” என்று ஒரு வீடியோவைத் தயாரித்துச் சுற்றுக்கு விட்டுள்ளார். சமூக வலைத்தளங்களில் அது றெக்கை கட்டிப் பறந்துகொண்டிருக்கிறது.

எப்போதுமே வகுப்புவாத சக்திகளின் வலுமிக்க பிரச்சார வடிவங்களில் ஒன்றாக “வதந்தி பரப்புதல்” என்பது இருக்கும். வகுப்புவாதம் குறித்து விரிவாக ஆய்வுகள் செய்துள்ள வரலாற்றாளர்களான பிபன் சந்திரா, ராம் புனியானி போன்றோர் இதுபற்றி விவரித்திருக்கிறார்கள். வாய் வழியாக வதந்தி பரப்பி வாழ்ந்து வந்த அவர்கள் கையில் இன்று வலைத்தளங்கள் சிக்கியிருக்கின்றன. வதந்திகளைப்பரப்பும் பீரங்கிகளாக வாட்சப் குழுக்களையும் யூடியூப் சேனல்களையும் சமூக வலைத்தளங்களையும் அவர்கள் மாற்றிக் கையகப்படுத்திக் கொண்டு விட்டனர். இது சாதிவெறியைவிட இன்னும் ஆழமான பிரச்னையாக பார்க்கப்பட வேண்டும்.

தமிழ்த் திரையுலக வரலாற்றில் இயக்குநர் பா. ரஞ்சித்தின் வருகை ஒரு திருப்புமுனை. பெரிய பட்ஜெட்டில் பெரிய நடிகர்களை வைத்துத் தயாரிக்கப்படும் வணிக சினிமாவுக்குள் “ஒடுக்கப்பட்ட மக்களின் பக்கம்நின்று சாதி அரசியலைப் பேசுவது” என்பது சாதாரணமாக நடந்துவிட்ட மாற்றம் அல்ல. நூற்றாண்டுகண்ட தமிழ் சினிமா வரலாற்றில் இது புதிய குரல் என்றே ஜனநாயக சக்திகள் கணிக்கிறார்கள். ‘பரியேறும்பெருமாள்’, ‘கர்ணன்’ போன்ற படங்களும் ஆண்டாண்டு காலமாக ஒடுக்கப்பட்டுவரும் மக்களின்

வலிகளை முதன்முறையாகப் பெரிய திரையில் பேசத் துவங்கிய படங்கள். பேசத்துவங்கிய உடனேயே குரல்வளையை நெரிக்கிறார்கள் ஆதிக்க சாதியினர். "நாங்க உங்களால் அடிமைப்படுத்தப்பட்டுக் கொடுமைகளுக்கு ஆளானோம்" என்று சொல்வதே குற்றம். அப்படிச் சொல்லப்போய்த்தான் இளம் நெஞ்சங்களில் மீண்டும் சாதிஉணர்வு வளர்கிறது என்று ஒரே போடாகப் போடுகிறார்கள். அந்தக் காலத்தில் நாங்க அடிமைப்படுத்தி வைத்திருந்தோம் என்பதை இப்போ ஏன் பேசறே? என்பதே அவர்களின் கேள்வி. அது முடிந்துபோன கதை என்பது அவர்களின் புரட்டு வாதம். குடிநீரில் மலம் கலக்கும் காலத்தில்தான் நாம் வாழ்கிறோம் என்பது சாதியவாதிகளின் மூளையில் உறைப்பதே இல்லை.

"பரியேறும் பெருமாளில் பேசியதுபோல மென்மையான குரலில் பேசு. கர்ணன், மாமன்னனின் குரலில் பேசாதே" என்று ஒடுக்கப்பட்டவர்கள் எந்தத்தொனியில், எந்தக் குரலில் பேச வேண்டும் என்பதைக்கூட டிக்டேட் செய்யும் சாதி உளவியலுக்குள் நம் சிவில் சமூகம் சிக்கிக்கிடக்கிறது.

1917-18 காலகட்டங்களில் ஐரோப்பாவில் இப்சனின் "பொம்மை வீடு" நாடகப்பிரதி நாடகமாகவும் சினிமாவாகவும்வெளியானது. ஆண்டாண்டுகாலமாக ஆணாதிக்கக் குடும்பங்களில் சிக்கித்திணறிக் கொண்டிருந்த பெண்களின் பிரதிநிதியாக நோரா என்கிறபெண்ணைப் படைத்திருப்பார். இதுவரை நான் வாழ்ந்தது வீடு அல்ல. அது "பொம்மை வீடு" என்று சொல்லிவிட்டு நோரா தன் கணவனையும் தன்னைஒரு பொம்மையாகப் பாவித்த அந்த வீட்டையும் விட்டுவெளியேறுவாள். அன்றைய தேதியில் மிக முற்போக்கான படைப்பு/குரல் அது. ஆனால் அத்திரைப்படம் இத்தாலியில் வரவேற்கப்படவில்லை. அதிக நாட்கள் ஓடவில்லை.

அதுபற்றி எழுதிய மார்க்சிய அறிஞர் அந்தோனியோ கிராம்ஷி, ஒரு படைப்பு தன்னளவில் முற்போக்கான உள்ளடக்கத்துடன் இருந்தாலும் அதுபோய் விழுகிற சமூகம் படு பிற்போக்கானதாக இருக்கையில் அது என்ன விளைவை ஏற்படுத்தி விடும்? என்று கேட்டார்.

அந்தக்கதைதான் இப்போது மாமன்னன் படத்துக்கும் பா. ரஞ்சித்படங்களுக்கும் நடக்கிறது. இப்படங்களின் பிற ஈர்ப்பான அம்சங்களால்ரசிகர்கள் படத்தை ஓட வைத்தார்களே அல்லாமல், படம் கூறும் சாதிஎதிர்ப்பு அரசியலை நம் சாதிய சமூகம் ஏற்றுக்கொண்டு ஓடவைக்கவில்லை. சாதியவாதிகள் எப்படி எதிர்கொள்கிறார்கள் என்பதன்சாட்சிதான் மாமன்னன் படத்தின் வில்லனைக் கொண்டாடும் மனப்போக்கு. ஒடுக்கப்பட்ட மக்களுக்கு சாதி உவப்பானதாக இருக்க முடியாது. சாதிஅடையாளத்தை

அவர்கள் வெறுக்கிறார்கள். மற்றவர்களுக்கு அது பெருமிதஉணர்வைத்தர உதவலாம். தங்களை 'ஆண்ட சாதி' என்று சொல்லிப் பீற்றஉதவலாம். தெருவுக்குள் செருப்புப் போட்டு நடக்கக்கூடாது. மலம் கலந்ததண்ணீரைக்குடி. கோவிலுக்குள் நுழையக்கூடாது. தெருவுக்குள்நுழையத்தடை விதிக்கும் வழிமறிச்சான் சுவர்கள், தீண்டாமைச் சுவர்கள்என ஒடுக்கப்பட்ட மக்களுக்குச் சாதி என்பது ஒரு பௌதீக சக்தியாக (*PHYSICAL FORCE*) எழும்பி மறிக்கிறது. மற்ற சாதியினருக்கு சாதி என்பதுஅறிவாலும் உணர்வாலும் கடக்க வேண்டிய ஒரு மனத்தடைமட்டுமே. இருவரின் சாதி உணர்வும் ஒன்றல்ல. இந்தப்புள்ளியை நம் சிவில்சமூகம் இன்றைக்கு வரை புரிந்துகொள்ளவில்லை.

ஆகவே ஒடுக்கப்பட்ட மக்கள் சாதியாக அணி திரள்வது இன்னும் சிலகாலத்துக்குத் தேவைப்படலாம். அது ஜனநாயக எழுச்சியின் பகுதியாகப்பார்க்கப்பட வேண்டியது. ஆதிக்க சாதிகள் சாதி ரீதியாக அணி திரள்வது தங்கள் ஆதிக்கம் குறைந்துவிடக்கூடாது என்கிற பிற்போக்கான எண்ணத்தால் மட்டுமே. அப்படிப்பார்க்காமல் "சாதியைப்பத்திப் பேசக்கூடாதெனில் யாருமே பேசக்கூடதில்லே" என்று "நியாயம்" பேசுவதுபொது சிவில் சட்டத்துக்கு ஆதரவாகப் பேசும் அநியாயத்துக்குச் சமம்.

இன்று நீதியரசர் சந்துரு தலைமையில் குழு அமைக்கப்பட்டுள்ளது அரசுத் தரப்பில் ஒரு முக்கியமான முன்னெடுப்பு. குழந்தைகளின் மனதிலிருந்து சாதி உணர்வை அகற்ற முதல் முன் நிபந்தனையாக வருவது பெற்றோரின் சாதிய உணர்வை அழிப்பது. அது அத்தனை எளிதான காரியமா? சாதியைக் கணக்கில் கொண்ட தேர்தல் வியூகங்களும், எல்லா சாதி மக்களுக்கும் பாதுகாப்பற்ற உணர்வைச் சதா உருவாக்கிக்கொண்டிருக்கும் வேலை வாய்ப்பின்மை, வறுமை, தொழில் வளர்ச்சியின்மை, அறிவியல்பூர்வமான கல்வியின்மை எனப் பல பிரச்னைகள் தீர்க்கப்படாமல் சாதிய உணர்வை ஒழிக்க முடியாது.

'தெனாலிராமன் குதிரை வளர்த்த கதை' போல அசமத்துவமான பொருளாதார வளர்ச்சி, பசியுள்ள குதிரை தாடியைக் கவ்வும் கதையை மீண்டும் மீண்டும் நிகழ்த்திக்கொண்டிருக்கிறது. ஐம்பது ஆண்டுகளுக்கும் மேலான திராவிட இயக்க ஆட்சிக் காலத்தைத் தமிழகம் கடந்து விட்டபிறகும், சாதி குறித்த வரலாற்றுப் பார்வையை அறிவியல் நோக்கில்விவரிக்கும் ஒரு பாடத்திட்டத்தைக்கூடபள்ளி, கல்லூரி என எந்த நிலையிலும் நம்மால் உருவாக்கிவிட முடியவில்லை. பாடத்திட்டம் இருக்கட்டும் ஒரு பாடத்தைக்கூட எழுதிச் சேர்க்கத் துப்பில்லை. அதற்கான அரசியல் மன உறுதி எந்த ஆட்சியாளருக்கும் இன்றுவரை ஏற்படவில்லை. தமிழ்நாட்டில் மட்டுமல்ல, இந்தியாவின் எந்த மாநிலத்திலும்தான்.

இந்தக் கொடுமையை எங்கே போய்ச்சொல்ல?

கு. சின்னப்பபாரதி என்னும் தனித்துவம் மிக்க படைப்பாளி

13-06-2022 அன்று மூத்த படைப்பாளி கு. சின்னப்பபாரதி நாமக்கல்லில் உடல்நலக்குறைவால் காலமனார். 1935ஆம் ஆண்டில் அன்றைய சேலம் மாவட்டம் பொன்னேரிப்பட்டி கிராமத்தில் பிறந்த அவர் இளவயதிலேயே கம்யூனிஸ்ட் இயக்கத்துடன் தன்னை இணைத்துக்கொண்டார். 'தாகம்', 'சங்கம்', 'சர்க்கரை', 'பவளாயி', 'தலைமுறை மாற்றம்', 'சுரங்கம்', 'பாலைநில ரோஜா' ஆகிய நாவல்களை எழுதினார். 13 மொழிகளில் அவருடைய நாவல்கள் மொழிபெயர்க்கப்பட்டன. மிக அதிகமான மொழிகளில் மொழிபெயர்க்கப்பட்ட தமிழ்ப் படைப்புகள் அவருடையவையே.

இவற்றையெல்லாம் தாண்டி அவரை நினைவுகூர இன்னொரு முக்கியமான முகம் அவருக்குண்டு. அது நாட்டுப்புறவியல் சார்ந்த அவரது ஆர்வமும் ஈர்ப்பும் பங்களிப்பும் ஆகும். இத்தாலியக் கம்யூனிஸ்ட் கட்சியின் பொதுச்செயலாளராக இருந்து, முசோலினியால் சிறையிலடைக்கப்பட்ட தோழர் அந்தோனியோ கிராம்ஷி நாட்டுப் புறவழக்காறுகளின் மீது மார்க்சியர்களின் கவனத்தைத் திருப்பினார். உழைக்கும் மக்களின் 'வாழ்க்கைக் கண்ணோட்டம்' நாட்டார் வழக்காறுகளில் பொதிந்திருப்பதாகவும் முற்போக்கு மற்றும் பிற்போக்குக் கருதுக்களின் அருங்காட்சியகமாக அவை இருப்பதாகவும் கிராம்ஷி குறிப்பிட்டார். எளிய மக்களின் 'மனங்களை வென்றெடுக்க' வேண்டிய கடமையைப் பிரதானமான ஒன்றாகக்கொண்டிருந்த கம்யூனிஸ்ட்டுகள் இயல்பாக நாட்டார் வழக்காறுகளின் மீது ஆர்வம் கொள்ளத்துவங்கினர். எல்லா மொழிகளிலும் உள்ள நாட்டுப்புற இலக்கியங்களைத் தேடித்தொகுப்பது நம் கடமை என்று அன்றைய இந்திய கம்யூனிஸ்ட் கட்சியின் பொதுச்செயலாளர் தோழர் பி.சி. ஜோசி எழுத்தாளர்களுக்கு ஓர் அறைகூவல் விடுத்திருந்தார்.

1961இல் தோழர் ஜீவா முன்முயற்சியில் கோவையில் தமிழ்நாடு கலை இலக்கியப் பெருமன்றத்தின் முதல் மாநில மாநாடு நடைபெற்றபோது நாட்டார் இலக்கியங்களைச் சேகரிக்க ஒரு குழு அமைக்கப்பட்டது. இக்குழுவின் தலைவராக தோழர் நா. வானமாமலையும் அதன் உறுப்பினர்களாக தோழர்கள் கு. சின்னப்பபாரதி, டேப் சடையப்பன், வாழப்பாடி சந்திரன், எஸ். எஸ். போத்தையா, சிவகிரி எஸ். எம். கார்க்கி, டி. மங்கை ஆகியோர் இருந்தனர். இப்படி நாட்டார் வழக்காறுகள் சேகரிப்பில்

ஈடுபட்ட கு. சின்னப்பபாரதியின் படைப்புக்களில் அதன் தாக்கம் வெளிப்பட்டது. மக்களின் வாழ்க்கை வட்டச் சடங்குகள், நம்பிக்கைகள் போன்றவற்றைத் தன் நாவல்களில் தவறாமல் இடம் பெறச் செய்தார். 'சுரங்கம்' நாவலை எழுதுவதற்கக அவர் மேற்கு வங்கம் சென்று அங்கு சுரங்கத் தொழிலாளர்களுடன் தங்கி இருந்த நாட்களில் மக்களின் வாழ்க்கைச் சடங்குகளை உற்று நோக்கித் தன் நாவலில் பதிவு செய்து கதைக்கு உயிர்ப்பூட்டினார்.

'சங்கம்' நாவலில் கொல்லிமலையில் வசிக்கும் மலைவாழ் மக்களின் நம்பிக்கைகள், சடங்குகள் போன்றவற்றை மிக விரிவாகப் பதிவு செய்துள்ளார்.

சின்னப்பபாரதியின் சொந்த வாழ்க்கை நாம் கவனிக்க வேண்டிய இன்னொரு முக்கியமான அம்சமாகும். அடிமைப்பட்ட இந்தியாவில் பிறந்து விடுதலை நெருங்கிக் கொண்டிருந்த காலத்து வெக்கையையும் வீச்சையும் அனுபவித்த ஒரு தலைமுறையைச் சேர்ந்தவர் அவர். காந்திய யுகத்தில் இளைஞனாக வாழ்ந்து 1947க்குப்பின் நேரு யுகத்தில் காங்கிரசின் 1956 ஆவடி சோசலிசத்தில் ஏமாற்றமடைந்து ஒன்றுபட்ட கம்யூனிஸ்ட் கட்சியில் இணைந்தவர். 16-17 வயதில் துவங்கிய அவரது பொதுவாழ்வு 70 ஆண்டுகாலம் நீடித்தது. கம்யூனிஸ்ட் கட்சிக்குள் கருத்து வேறுபாடுகள் தலைதூக்கிய காலத்திலும் கட்சியுடன் உறுதியாக நின்று பணியாற்றியவர். மேசை எழுத்தாளராக அல்லாமல் நேரடியான கட்சிப் போராட்டங்களில் பங்கேற்றும் தலைமை ஏற்றும் இயங்கிய ஆளுமையாக வாழ்ந்தவர். 1964இல் கம்யூ. கட்சி பிளவுபட்டபோது சிறு சலனமும் குழப்பமும் இன்றி மார்க்சிஸ்ட் கட்சியுடன் தன்னை இணைத்துக்கொண்டவர்.

சோவியத் நாடு, மக்கள் சீனம், இலங்கை, பிரான்ஸ் உள்ளிட்ட பல வெளிநாடுகளுக்குப் பயணம் சென்று எழுத்தாளர்களைச் சந்தித்து உரையாடியவர். 1930-40களின் லட்சியவாத கம்யூனிஸ்ட்டாக இறுதிக்காலம்வரை கொள்கைப்பிடிப்புடன் வாழ்ந்தவர். இது அவரது முக்கிய அடையாளங்களில் ஒன்று. ஸ்டாலின் காலத்தில் கிழக்கு ஐரோப்பிய நாடுகள் மீது சோவியத் படையெடுத்தபோது உலகெங்கிலும் பல எழுத்தாளர்கள் கம்யூனிஸ்ட் கட்சிகளைவிட்டு விலகினர். 90களில் சோவியத் யூனியன் சிதறுண்டபோதும் தியானென்மன் சதுக்க நிகழ்வின்போதும் பலர் கட்சியைவிட்டு விலகினர். எந்தச் சுனாமிக்கும் அசையாமல், முதலாளித்துவ ஊடகங்களின் கம்யூ. எதிர்ப்புப் பரப்புரைகளுக்குச் செவி சாய்க்காமல், கம்யூனிஸ்ட் கட்சியுடன் இறுதிநாள் வரையிலும் உறுதியுடன் நின்றவர் சின்னப்பபாரதி.

இலக்கியத்துக்குப் பயன்பாட்டு முக்கியத்துவம் அளிப்பதை தூய இலக்கியவாதிகள் ஏற்பதில்லை. ஆனால் சின்னப்பபாரதி "என்னைப் பொருத்தமட்டில் எழுத்து என்பது பணம் சேர்க்கும், புகழ் ஈட்டும் சாதனம் எனக் கருதவில்லை. சமூகத்தில் நிகழும் எதிரும் புதிருமான வாழ்வில் சாதாரண மக்களைப் பாதிக்கும் வறுமை, பசி, பட்டினி, வேலையின்மை ஆகியவற்றிற்கெதிராகவும் கௌரவமான ஒரு வாழ்வை உருவாக்கவும் போராடும் மக்கள் திரளுக்கு உதவக்கூடிய வகையில் பயன்பட வேண்டுமெனக் கருதுகிறேன். சுருக்கமாகக் கூறினால் சகல ஏற்றத்தாழ்வுகளையும் அகற்றும் போராட்டத்தில் எனது எழுத்தும் ஒரு தலையீடாக இருக்க விரும்புகிறேன்... வறுமை என்பது, மனித குலம் இதுவரை உருவாக்கிய அனைத்து மேன்மைகளையும் களங்கப்படுத்தும் அவமானம் ஆகும். அறிவுலகம் நாணவேண்டிய அசிங்கமும் ஆகும்" என்று உரக்கப் பிரகடனம் செய்து அப்படியே எழுதி வாழ்ந்தவர்.

அவருடைய கோபம் இயக்கம் அறிந்த ஒன்று. யார்மீதும் தன் விமர்சனங்களைத் தயவுதாட்சண்யமின்றி உரத்த குரலில் முன்வைப்பார். நாளைப்பின்னே அவர்கள் முகத்தில் முழிக்கணுமே என்றெல்லாம் யோசிக்க மாட்டார். அதே சமயம், தன் கருத்து தவறென உணரும்போது மனம் திறந்து அவர் தன்னைவிட வயது குறைந்தவரிடத்தும் மனத்தடையின்றி மன்னிப்புக் கேட்பதைப் பலமுறை நான் நேரடியாகப் பார்த்திருக்கிறேன். இது அவரது அபூர்வமான குணங்களில் ஒன்று. மேடையில் இருப்பதை விடக் கூட்டத்தில் ஒருவராக இருப்பதையே அதிகம் விரும்பினார். சாகித்ய அகாடமி விருதுக்கான சிறு ஏக்கம் அவரிடம் இருந்தது எனக்கு வியப்புத்தான். அவரே ஓர் அறக்கட்டளை அமைத்துப் பலருக்கும் ஆண்டுதோறும் விருதுகள் வழங்கி வந்தாலும் அந்த ஏக்கம் அவரிடம் இருந்ததை அறிவேன். சாகித்ய அகாடமி தமிழ்நாட்டுப்பிரிவைத் துவங்கி மூத்த படைப்பாளிகளையெல்லாம் குறிப்பிட்ட காலத்துக்குள் கௌரவித்து முடிக்க வேண்டும் என்ற கோரிக்கையை முன் வைப்போம்.

தோழர் பி. சீனிவாசராவ், சங்கரய்யா, ஆர். கே கண்ணன் போன்ற கம்யூ. முன்னோடிகளுடன் நெருங்கிப்பழகிய பெருவாய்ப்பைப்பெற்றவர். தொ. மு. சி ரகுநாதனின் "பஞ்சும் பசியும்" நாவல் முன்வைத்த சோசலிச யாதார்த்தவாதக் கோட்பாட்டைத் தன் படைப்புகள் வழி இன்னும் வளர்த்தெடுத்தவர் கு. சின்னப்பபாரதி. பிற்காலத்தில் ரகுநாதனே சோசலிச யதார்த்தவாதத்தை கைவிட்டபோதும் சின்னப்பபாரதி கைவிடாமல் உயர்த்திப்பிடித்திருந்தார்.

26

அமைதிக்கான நோபல் பரிசு 2023: எழுப்பும் சில கேள்விகள்

2023க்கான அமைதிக்கான நோபல் பரிசு ஈரான் நாட்டைச் சேர்ந்த மனித உரிமைப்போராளி நர்கிஸ் மொகம்மதிக்கு வழங்கப்படுவதாக அறிவிக்கப்பட்டுள்ளது.அவர் இப்போது ஈரான் நாட்டின் அவப்பெயர் பெற்ற எவின் சிறையில் அடைக்கப்பட்டுள்ளார். சிறையில் இருக்கும் ஆளுமைகளுக்கு அமைதிக்கான நோபல் பரிசு வழங்கப்படுவது இது முதன் முறையல்ல.1935 இல் ஜெர்மானிய பத்திரிகையாளர் கார்ல் வொன் அஸ்ஸிட்ஸ்கி (Carl Von Ossietzky) ஹிட்லரின் ஆட்சியில் சிறையில் இருந்தார்.அப்போது அவருக்கு அமைதிக்கான நோபல் பரிசு அறிவிக்கப்பட்டது.

1991இல் அமைதிக்கான நோபல் பரிசு மியான்மர் எதிர்க்கட்சித் தலைவர் ஆங் சான் சுய்குய்க்கு அறிவிக்கப்பட்டபோது அவர் வீட்டுக்காவல் சிறையில் இருந்தார்.இரண்டாண்டுகள் கழித்தே அவர் தன் நோபல் உரையை ஆற்ற முடிந்தது.பின்னர் அவர் ஆட்சிக்கும் வந்தார்.ஆட்சிக்கு வந்த பின் அவர் ராணுவத்தின் அராஜகங்களை ஆதரித்ததாலும் ரோகிங்யா முஸ்லீம்கள் மீது வன்முறைத்தாக்குதல்கள் நிகழ்த்தியதாலும் அவப்பெயர் பெற்றார். பின்னர் ராணுவம் தேர்ந்தெடுக்கப்பட்ட அவரது ஆட்சியைக் கவிழ்த்து 2021இல் சிறையில் தள்ளியது.இன்னும் 27 ஆண்டுகள் சிறையில் அவர் இருக்க வேண்டும்.இப்போது அவரது வயது 78.

2010 ஆம் ஆண்டுக்கான அமைதிக்கான நோபல் பரிசு சீனாவின் லியு ஜியாபோ (LIU XIAOBO) வுக்கு அறிவிக்கப்பட்டபோது அவர் 11 ஆண்டுத் தண்டனை பெற்றுச் சிறையில் இருந்தார்.2017 இல் அவர் புற்றுநோயால் பாதிக்கப்பட்டுக் காலமானார்.பரிசை வாங்காமலே அவர் காலமானார்.

கடந்த ஆண்டுக்கான விருது பெலோரஷ்யாவைச்சேர்ந்த அலெ பியலியட்ஸ்கி (Ales Bialiatski,) க்கும் உக்ரைனில் இயங்கும் மனித உரிமைக் குழு ஒன்றுக்கும் இணைந்து அறிவிக்கப்பட்டது. பியலியட்ஸ்கி பெலோரஷ்யச்சிறையில் அடைக்கப்பட்டுள்ளார். அவருக்கு நோபல் பரிசு அறிவிக்கப்பட்டுள்ளதே தெரியுமா என்பதே தெரியவில்லை என்று அவரது சக தோழர்கள் அப்போது கூறினார்கள்.

சிறையில் இருக்கும்போது நோபலுக்கான அமைதிப்பரிசு அறிவிக்கப்பட்டுள்ள ஐந்தாவது ஆளுமைதான் நர்கிஸ் மொகம்மதி. Defenders of Human Rights Center எனப்படும் மனித உரிமைப்பாதுகாப்பு அமைப்பின் துணைத்தலைவராக செயல்படும் நர்கிஸ். மாணவப்பருவத்திலிருந்தே பெண்கள் மீதான ஒடுக்குமுறைக்கு எதிராகவும் அரசியல் சீர்திருத்தங்களுக்காகவும் எழுதியும் பேசியும் களத்தில் போராடியும் வருபவர்.ஈரானின் முதல் நோபல் விருதாளரான ஷிரின் எபாடி அவர்களால் துவக்கப்பட்ட அமைப்பில்தான் நர்கிஸ் செயல்பட்டு வருகிறார்.மத அடிப்படைவாதிகள் கையில் சிக்கியுள்ள ஈரானின் ஆட்சிக்கெதிராகக் கடந்த ஆண்டு எழுந்த மாபெரும் மக்கள் கிளர்ச்சியில் நர்கிஸ் முன்னணியில் இருந்தார்,ஹிஜாப் சரியாகப் போடவில்லை என்பதற்காக இரானின் கலாச்சாரப் போலீசால் கைது செய்யப்பட்டு காவல் துறையின் சித்திரவதைகளால் மரணமடைந்த இளம்பெண் மாஷா ஆமினிக்கு நீதி கேட்டு ஈரானியமக்கள் கிளர்ந்தெழுந்த தருணத்தில் சிறைக்குள் அடைக்கப்படும் பெண்கள் மீது நடத்தப்படும் பாலியல் மற்றும் பிற வன்முறைகள் குறித்த விரிவான அறிக்கையை நர்கிஸ் மொகம்மதி வெளியிட்டார். தனிமைச்சிறைக்கு எதிராகவும் மரணதண்டனைக்கு எதிராகவும் அவர் சிறைக்குள்ளிருந்தபடியே எழுதியும் சமூக வலைத்தளங்களில் பேசியும் போராடிக்கொண்டிருக்கிறார்.ஆம்னஸ்டி இண்டர்நேஷனல் உள்ளிட்ட பல சர்வதேச அமைப்புகள் அவருடைய கைதைக் கண்டனம் செய்துள்ளன.அவரை விடுதலை செய்யக் கோரியுள்ளன. மதவாதிகள் செவிமடுப்பதாயில்லை.

சக போராளியான தாகி ரஹ்மானியைக் காதல் மணம் புரிந்தார்.1999இல் கணவரும் கைது செய்யப்பட்டார்.இப்போது 14 ஆண்டு சிறைவாழ்வை முடித்த தாகி ரஹ்மானி தங்கள் இரு குழந்தைகளுடன் பிரான்சில் வசித்து வருகிறார்.நர்கிஸ் நாட்டை விட்டு வெளியேறாமல் தன் போராட்டத்தைத் தொடர்கிறார்.

அறிவியல் கண்டுபிடிப்புகளுக்கான நோபல் பரிசுகளோடு ஒப்பிடுகையில் அமைதிக்கன நோபல் பரிசு அரசியல் தன்மை உடையதாக இருப்பதை நாம் காணலாம்.அதிகாரத்துக்கு எதிராக மனித உரிமைகளுக்ககப் போராடும் ஆளுமைகள் மற்றும் அமைப்புகளுக்கே இப்பரிசு வழங்கப்பட்டு வருவதைப் பார்க்கலாம். ஈரான் அரசு இப்பரிசை அறிவித்ததற்காக நோபல் கமிட்டியைக் கண்டித்து அறிக்கை வெளியிட்டுள்ளது.அரசியல் உள்நோக்கத்துடன் இப்பரிசு அறிவிக்கப்பட்டுள்ளதாகக் கண்டித்துள்ளது.

இது அரசியல் நோக்கமுடைய அறிவிப்புதான் என்பதில் ஐயமில்லை.பரிசுக்குத் தேர்ந்தெடுக்கப்படும் ஆளுமை அல்லது

அமைப்பு யாரை எதிர்த்து எந்த அதிகாரத்தை எதிர்த்து எப்படிப்போராடுகிறார்கள் என்பதைப் பார்த்தே அந்த அரசியல் சரியா தவறா என்று சொல்ல முடியும்.சென்ற ஆண்டு உக்ரைனுக்கு ஆதரவான பரிசாக அது அமைந்ததைப் பார்த்தோம்.நோபல் பரிசுக்கும் சாய்மானம் உண்டு.

ஈரான் அரசைப் பொறுத்தவரை பெண்கள் மீதான ஒடுக்குமுறையையும் மனித உரிமைகளை மீறுவதையும் அன்றாட நடைமுறையாகக் கொண்டுள்ள அரசு.மத அடிப்படைவாதக் கருத்தியலைத் தூக்கிச் சுமக்கும் ஓர் அரசு அப்படித்தான் இருக்கும்.2003 இல் ஈரானிய மனித உரிமைப்போராளி ஷிரின் எபாடிக்கு நோபல் விருது வழங்கப்பட்டது.எதற்காக அன்று அவருக்கு வழங்கப்பட்டதோ அதே காரணங்களுக்காக மீண்டும் ஈரானியப்போராளி ஒருவருக்கு வழங்கப்பட்டுள்ளது.இந்த இடைப்பட்ட 20 ஆண்டுகளில் எவ்வித ஜனநாயக மாற்றமும் ஈரானில் நடைபெறவில்லை. நர்கிஸ் மொகம்மதி நோபல் பரிசைப்பெற அனுமதிக்கப்பட மாட்டார் என்பது தெரிந்ததே. இன்று ஈரானில் நடப்பதுதான் இன்னும் சில ஆண்டுகளில் இந்தியாவிலும் நடக்கப்போகிறது .முஸ்லீம் வெறுப்பை அரசியலாகக் கொண்டிருக்கும் இந்திய ஆட்சியாளர்கள் அதே இஸ்லாமிய அடிப்படைவாத ஈரானின் பாதையில்தான் நடை போடுகிறார்கள்.எழுத்தாளர்கள்,அறிஞர்கள் கொல்லப்படுவதும்(கௌரி லங்கேஷ்,கல்புர்கி,கோவிந்த் பன்சாரே போல) பத்திரிகைகள் முடக்கப்படுவதும் பத்திரிகையாளர்கள் சிறையிலடைக்கப்படுவதும் (சமீபத்திய உதாரணம் நியூஸ் கிளிக்) சர்வ சாதாரணமாகி வருகின்றன.

எழுத்தாளர் அருந்ததிராய்க்கு சமீபத்தில் அவரது நூல் ஒன்றுக்காக வழங்கப்பட்ட வாழ்நாள் சாதனையாளர் விருது விழாவில் அவர் ஆற்றிய உரையின் சில பகுதிகளை இங்கு பொருத்திப்பார்க்க வேண்டும் ((ஆங்கிலத்தில் வெளியான ஆசாதி – சுதந்திரம், பாசிசம், புனைகதை என்ற கட்டுரைத் தொகுப்பின் பிரெஞ்சு மொழிபெயர்ப்பிற்காக வாழ்நாள் சாதனைக்கான நாற்பத்தைந்தாவது ஐரோப்பிய கட்டுரை விருதை செப்டம்பர் 12 அன்று அருந்ததி ராய் பெற்றுக் கொண்டார்.)

“எச்சரிப்பதற்கான காலமெல்லாம் கடந்து விட்டது. இப்போது நாம் வரலாற்றின் வேறொரு கட்டத்தில் இருக்கிறோம். நாட்டின் இந்த இருண்ட அத்தியாயத்திற்கு என்னுடைய எழுத்துகள் சாட்சியாக இருக்கும் என்று மட்டுமே ஓர் எழுத்தாளராக என்னால் நம்ப முடியும். நடந்து கொண்டிருப்பவற்றை யாரொருவரும் ஏற்றுக்

கொள்ளவில்லை என்ற நம்பிக்கையுடன் என்னைப் போன்ற மற்றவர்களின் பணியும் தொடர்ந்து கொண்டிருக்கிறது.

நாங்கள் இனிமேல் தலைவர்களைப் பார்த்து மட்டும் பயப்படாமல், ஒட்டுமொத்த மக்களையும் பார்த்து பயப்பட வேண்டியுள்ளது. தீமையை சாதாரணமாக்குவது, தீமையை இயல்பாக்குகின்ற செயல்கள் இப்போது எங்களுடைய தெருக்கள், வகுப்பறைகள், பல பொது இடங்களில் வெளிப்பட்டு வருகின்றன. பிரதான பத்திரிகைகள், நூற்றுக்கணக்கான இருபத்தி நான்கு மணி நேர செய்திச் சேனல்கள் பாசிச பெரும்பான்மைவாதத்திற்காகத் தொடர்ந்து பயன்படுத்தப்படுகின்றன. திட்டமிட்டு இந்திய அரசியலமைப்பு ஒதுக்கி வைக்கப்பட்டுள்ளது. இந்திய தண்டனைச் சட்டம் மாற்றி எழுதப்படுகிறது. 2024ஆம் ஆண்டில் தற்போதைய ஆட்சி மீண்டும் பெரும்பான்மையைப் பெறுமானால் புதிய அரசியலமைப்பைக் காண்பதற்கான வாய்ப்பு நிச்சயம் இருக்கிறது.

அமெரிக்காவில் ஜெர்ரிமாண்டரிங் என்றழைக்கப்படுகின்ற டிலிமிட்டேஷன் எனப்படும் தொகுதிகளை மறுசீரமைக்கும் செயல்முறை அதிக எண்ணிக்கையிலான நாடாளுமன்றத் தொகுதிகளை வட இந்தியாவில் பாஜகவிற்கு அடிப்படைத் தளமாக இருக்கின்ற ஹிந்தி பேசும் மாநிலங்களுக்கே உருவாக்கிக் கொடுக்கும். அந்தச் செயல் தென் மாநிலங்களில் பெரும் அதிருப்தியை ஏற்படுத்தப் போகின்றது. இந்தியாவைப் பிரிக்கும் வாய்ப்பையும் அது கொண்டிருக்கிறது. தேர்தல் தோல்விகளுக்கான சாத்தியமில்லாத நிலையில் ஆழ்ந்து பரவியிருக்கும் இந்த மேலாதிக்க நஞ்சு நாட்டில் கண்காணிப்பு வேலைகளைச் செய்து வருகின்ற பொதுநிறுவனங்களை நீர்த்துப் போகச் செய்துள்ளது. மிகவும் பலவீனமான, அடித்தளம் தகர்க்கப்பட்ட உச்ச நீதிமன்றத்தைத் தவிர, கிட்டத்தட்ட வேறெந்த நிறுவனமும் தற்போது உயிர்ப்புடன் காணப்படவில்லை."

ஈரானில் ஜனநாயகம் தழைக்க வேண்டும்.அதற்கு இந்த நோபல் பரிசு அறிவிப்பு ஒருவகையில் சர்வதேச அழுத்தத்தை ஏற்படுத்த உதவவேண்டும்.ஆனால் 2003 லேயே ஈரானின் ஷிரின் எபாடிக்கு நோபல் விருது வழங்கப்பட்டும் ஒன்றும் நடக்கவில்லையே. மதவாத அரசியல் மக்களிடம் ஆழப்பரவி விட்டால்,ஆட்சியில் சிக்கென ஒட்டிக்கொண்டுவிட்டால் நாடு ஜனநாயகத்துக்கு மீண்டு வருவது எளிதல்ல என்பதைத்தான் ஈரான் காட்டுகிறது.இன்னும் மிச்சமிருக்கும் இந்திய ஜனநாயகத்தை நாம் எவ்வாறு காக்கப்போகிறோம்?

'மாலை மலர்' நாளிதழில் வந்த சில கட்டுரைகள்

(கொரோனா ஊரடங்கு காலத்தில் எழுதப்பட்டவை)

1
கொரோனா காலத்தில் கல்விச் சிந்தனைகள்

முறைசார்ந்த கல்விச் செயல்பாடுகளை முற்றிலுமாக முடக்கிப்போட்டுவிட்டது இந்தக் கண்ணுக்குத் தெரியாத வைரஸ். வழக்கம்போல ஜூன் மாதம் பள்ளிகளைத் திறக்கமுடியுமா? அதற்குள் கொரானா வைரஸ் பரவல் கட்டுக்குள் வந்து விடுமா? பள்ளி திறந்தால் கூட்டம் கூட்டமாக குழந்தைகள் கூடுவார்களே, சமூக இடைவெளியைப் பாதுகாக்க முடியாதே, முற்றிலும் கொரோனா கட்டுக்குள் வராமல் குழந்தைகளை அனுப்ப முடியுமா என்கிற கேள்விகள் இன்று பல்லாயிரக்கணக்கான பெற்றோர்கள் மனங்களில் குமுறிக்கொண்டுள்ளன.

பத்தாம் வகுப்புப் பொதுத்தேர்வுக்குத் தயாராகிக்கொண்டிருந்த குழந்தைகள், எப்போடா பரீட்சை வரும், எழுதி முடிச்சிட்டு நிம்மதியாக இருக்கலாம் என்கிற மன உளைச்சலில் இருக்கிறார்கள். ஜூன் 1 பத்தாம் வகுப்புத் தேர்வு வைக்கலாம் என அரசு சொல்லிவிட்டது. சென்னை உயர் நீதி மன்றமும் தேர்வைத் தள்ளி வைக்க முடியாது எனத் தீர்ப்புக் கூறியுள்ளது.

"அவரவர் பாதுகாப்பு ஏற்பாட்டுடன் தேர்வெழுத வரவேண்டும்" என்கிற அரசின் அறிவிப்பு கிராமப்புறங்களில் எந்த அளவுக்கு விழிப்புணர்வோடு செய்யப்படும் என்கிற கேள்வி எழுகிறது. நீண்ட விடுப்பிலிருந்து அப்படியே தேர்வுக்குப் போவதைவிட, 'பள்ளி திறந்து சில நாள் பள்ளி வாழ்க்கை இயல்பான பிறகு தேர்வு வைப்பதுதானே குழந்தைகள் தங்கள் மனதைத் தேர்வுக்குத் தயார் செய்ய உளவியல் ரீதியாக உதவியாக இருக்கும்' என்று கல்வியாளர்கள் கேள்வி எழுப்புகிறார்கள். இவை யாவற்றையும் அரசு கவனத்தில் கொள்ள வேண்டும். இது ஒரு பக்கம்.

இன்னொரு பக்கம், பல தனியார் பள்ளிகள் கொரோனா காலத்திலும் இணையவழியில் பாடம் நடத்துவது, தேர்வுகள் வைப்பது என இயங்கிக்கொண்டிருக்கிறார்கள். இதில் பெற்றோர்களுக்கு மகிழ்ச்சிதான். இவ்வளவு பணம் கட்டிப் படிக்க வைக்கிறோம், செய்யட்டுமே என்று அவர்கள் நினைப்பார்கள். பள்ளிகளும் நாங்க ஒண்ணும் சும்மா இல்லே என்று தங்கள் தரப்பை நியாயப்படுத்துவார்கள். ஆனால் குழந்தைகளுக்கு இப்படி "விடாது கருப்பு" என்று வீட்டிலும் விடாமல் துரத்திப் பாடம் நடத்துவது பிடிக்கிறதா இல்லையா என்று நாம் கேட்பதில்லை. பொதுவாகவே, நமது கல்வி முறை குழந்தைகளை மையப்படுத்தியதாக அமைக்கப்படவில்லை. அதுகளுக்கு என்னா தெரியும்? நாமதான் பார்த்து நல்லதைச் செய்யணும் என்று பெரியவர்களாகிய நாம் முழு அதிகாரத்தையும் நாமே எடுத்துக்கொள்கிறோம். கல்வி குறித்து இக்கொரோனா காலத்தில் நாம் நமக்குள், நம் குடும்பங்களுக்குள், ஒரு விவாதத்தைத் துவக்குவது பயனுள்ளதாக இருக்கும். அத்தகைய குடும்ப விவாதங்களுக்குத் தூண்டுதலாக சில கருத்துக்களை இங்கு பார்க்கலாம்.

1947இல் இந்தியா சுதந்திரம் பெற்றதும் அன்றைய மத்திய கல்வி அமைச்சரான மாண்புமிகு மௌலானா அபுல் கலாம் ஆசாத் அவர்கள் தலைமையில் அகில இந்திய வானொலி ஒரு கருத்தரங்கை (Symposium) நடத்தியது. வருங்கால இந்தியாவுக்கான கல்வி எத்தகையதாக இருக்க வேண்டும் என்பதுதான் கருத்தரங்கின் விவாதப்புள்ளி. அக்கருத்தரங்கில் பண்டித ஜவகர்லால் நேரு, டி. டி. கிருஷ்ணமாச்சாரி, ஆச்சார்ய கிருபளானி உள்ளிட்ட பல தலைவர்கள் உரையாற்றினர். அவ்வுரைகள் தொகுக்கப்பட்டு "FUTURE EDUCATION IN INDIA" என்கிற தலைப்பில் நூலாகவும் வெளியிடப்பட்டது.

அதில் பேசிய எல்லாத் தலைவர்களும் திரும்பத் திரும்பக் குறிப்பிட்ட ஒரு விஷயம் "நம்முடைய கல்வியானது ஒருக்காலும் வேலை வாய்ப்புக்கான ஏணிப்படியாக ஆகிவிடக்கூடாது. நல்ல குடிமக்களை, நல்ல மனிதர்களை உருவாக்கும் கல்வியாக இருக்க வேண்டும்" என்பது. வேலை வாய்ப்பை எல்லோருக்கும் உத்தரவாதப்படுத்துவது அரசின் கடமை. அது தனி. அதை படிப்போடு இணைக்கக்கூடாது என்பதே புரிதலாக இருந்தது. வேலை வாய்ப்போடு கல்வியை இணைப்பதால்தான் தேர்வு முறையை இறுகப் பற்றிக்கொள்ள வேண்டியிருக்கிறது. நிறையப்

பேரை வடிகட்டி வெளியே தள்ளும் தொழிற்சாலையாக கல்விக்கூடங்களை மாற்ற வேண்டிய அவலம் நேர்ந்துவிட்டது.

அக்கருத்தரங்கு வலியுறுத்திய பாதையில் நம் கல்விப்பயணம் நடைபோட்டதா? 20 ஆண்டுகளுக்குப் பின் 1967-68இல் நம் கல்வி முறை பற்றி ஆய்வு செய்து வெளியிடப்பட்ட கோத்தாரி கமிஷன் அறிக்கை நம் தலைவர்கள் கனவு கண்ட பாதையில் நாம் பயணிக்கவில்லை என்றது. "மனப்பாடத்தையும் தேர்வுகளையும் மையமாகக்கொண்டே நம் கல்வி சுற்றியிருக்கிறது. வேலைவாய்ப்புக்கான ஏணியாகத்தான் கல்வி புரிந்து கொள்ளப்பட்டிருக்கிறது" என்று அவ்வறிக்கை வருத்தத்துடன் சுட்டிக்காட்டியது.

இன்றுவரை எது கல்வி அல்லது எது சிறந்த கல்வி என்பது குறித்த தெளிவு நமக்குப் பிறக்கவில்லை. உலகில் பள்ளிக்கல்வியில் முதன்மையான இடத்தைப் பெற்றிருக்கும் நாடு பின்லாந்து. அந்த நாடு எப்படி முன்னணிக்கு வந்தது? அதன் ரகசியம் என்ன? என்று கேட்கும்போது அந்நாட்டுக் கல்வியாளர்கள் ஏகோபித்த குரலில் சொல்லும் ஒரே பதில் "மிகக் குறைவான பள்ளி வேலை நேரம்"என்பது. "ஒரு நாளைக்கு மூன்று அல்லது நான்கு மணி நேரத்துக்குமேல் வகுப்பறைகளில் மாணவர்கள் உட்காருவதில்லை. குழந்தைப் பருவத்தில் நாம் குழந்தைகளை குழந்தைகளாக வாழ அனுமதிக்க வேண்டும்" என்கிறார்கள். வீட்டுப்பாடம் என்பதே பின்லாந்துக் குழந்தைகளுக்கு இல்லை. அப்படியே இருந்தாலும் ஒரு 20 அல்லது 30 நிமிடங்களுக்குமேல் இருப்பதில்லை. குழந்தைகள் எப்போதும் கற்றுக்கொண்டே இருப்பவர்கள். பிறந்த நிமிடம் முதல் வாழ்நாள் முழுதும் கற்றுக்கொண்டே இருக்கிறார்கள். அந்தக் கல்விப் பயணத்தில் பள்ளிக்கூடம் என்பது லேசான ஒரு துடுப்பசைவைக் கொடுத்தால் போதும். நதியின் நீரோட்டத்தில்தான் படகு பயணிக்கும். சின்னச் சின்னத் துடுப்பசைவுகள் மூலம் பள்ளி குறுக்கீடு செய்யலாம் என்பதுதான் அவர்களின் அடிப்படைக் கல்வித் தத்துவமாக இருக்கிறது. மைக்கேல் மூர் என்கிற அமெரிக்க ஆவணப்பட இயக்குநர் இயக்கிய 'வேர் டு இன்வேட் நெக்ஸ்ட்' என்கிற படத்தில் பின்லாந்துக் குழந்தைகள் அத்தனை மகிழ்ச்சியோடு கற்றுக்கொள்ளும் காட்சியைப் பார்க்கும்போது நமக்குப் பெருமூச்சும் ஏக்கமும் வருகிறது.

நம் ஊரில் நம் குழந்தைகளுக்கு கற்றல் என்கிற பேரில் மனப்பாடத்தையும் வீட்டுப்பாடத்தையும் தடி தடியான

புத்தகங்களையும் பதட்டம் உண்டாக்கும் தேர்வு முறையையும் கொடுத்துச் சித்திரவதை செய்துகொண்டிருக்கிறோம். ரவீந்திரநாத் தாகூர் துவக்கிய ‘சாந்தி நிகேதன்’ பள்ளியும் தத்துவ அறிஞர் ஜே. கிருஷ்ணமூர்த்தி உருவாக்கிய ரிஷி வேலி பள்ளியும் போன்ற சில பள்ளிகள் இப்பாதைக்கு மாற்றுப்பாதைகளை நம் கண்முன்னால் நடைமுறைப்படுத்திக் காட்டிக்கொண்டிருக்கிறார்கள். அதை நாம் பார்ப்பதில்லை.

கல்வி என்பது என்ன? என்கிற கேள்விக்கு உலகப்புகழ் பெற்ற கல்வியாளர் பாவ்லோ பிரையர் சொல்லும் பதில், ‘கற்பவரும் கற்பிப்பவரும் இணைந்து இந்த சமூகத்தையும், உலகத்தையும், இப்பிரபஞ்சத்தையும் புரிந்துகொள்ளும் தொடர் முயற்சிதான் கல்வி’ தென் அமெரிக்கக் கண்டம் முழுவதிலும் பாவ்லோ பிரையரின் கொள்கை அடிப்படையில் கல்விப்பயணம் நடந்த காரணத்தால்தான் அப்பகுதியில் மிகப்பெரும் சமூக மாற்றங்கள் நடந்துகொண்டே இருக்கின்றன.

நாம் இந்தியாவில் காலம் காலமாக ஆசிரியரும் மாணவரும் சேர்ந்து உலகைப் புரிந்துகொள்வது என்கிற இடத்துக்கே வருவதில்லை. குருவானவர் கொடுக்க... மாணாக்கர் கை ஏந்திப் பெற்றுக்கொள்வதுதான் கல்வி என்று தலைகீழாகவே புரிந்துகொண்டு வந்துள்ளோம்.

பின்லாந்தில் நடப்பதையோ, தென் அமெரிக்காவில் நடப்பதையோ நாம் அப்படியே காப்பி அடிக்க முடியாது. அது தேவையில்லை என்பது மட்டுமல்ல, அது நடைமுறைச் சாத்தியமும் இல்லை. ஏனெனில் பின்லாந்து நாட்டில் ஏற்றத்தாழ்வுகள் குறைவு. அங்கெல்லாம் சாதி கிடையாது. கிட்டத்தட்ட ஒரே மாதிரியான கலாச்சார, பொருளாதாரப் பின்னணியிலிருந்து அங்கு பள்ளிக்குக் குழந்தைகள் வருகிறார்கள். ஆனால் இந்தியாவில் வெவ்வேறு பொருளாதார, கலாச்சாரப் பின்னணியிலிருந்து பள்ளிக்குக் குழந்தைகள் வருகிறார்கள். மலம் அள்ளிக் கழிவறைகளைச் சுத்தம் செய்யும் அடித்தட்டு மக்கள் வாழும் குடிசை வீட்டிலிருந்து வரும் குழந்தைக்கும் பிஎம்டபிள்யூ காரில் டிரைவர் கொண்டுவந்து ‘டிராப்’ பண்ணிவிட்டுப் போகும் குழந்தைக்கும் ஒரே பாடத்திட்டம், ஒரே தேர்வு என்பது எந்த விதத்தில் நியாயம்? இப்போதுதான் முதல் தலைமுறையாகப் பட்டப்படிப்பில், சேரும் குழந்தைக்கும் ஏழு தலைமுறைக்கு மேலாக எல்லாக் கல்வி வாய்ப்பையும் பெற்ற குடும்பப்

பின்னணியிலிருந்து வரும் குழந்தைக்கும் ஒரே பாடத்திட்டம் ஒரே தேர்வு முறை. ஆகவே பின்லாந்தின் அனுபவத்தின் சாரத்தை அதன் கல்வித்தத்துவத்தை நாம் எடுத்துக்கொண்டு இந்திய நிலைமைக்கேற்ற முறையில் ஒரே பாடத்திட்டம் என்பதில் தவறில்லை. ஆனால் அதில் என்ன பாடம் இருக்கிறது என்பதுதான் கேள்வி.

பாடம் எப்படி அமைய வேண்டும் என்பது குறித்து உலகக் கல்வியாளர்களின் கருத்துக்களையெல்லாம் தொகுத்து, 'கல்வியைத் தேடி' என்கிற நூலில் டாக்டர் ஜவகர்நேசன் குறிப்பிடுவதை நாம் நம் சிந்தைக்கும் விவாதத்துக்கும் எடுத்துக்கொள்ள வேண்டும்.

"கல்வி என்பது ஒரு சமூகத்தின் மூத்த தலைமுறை, தாம் தம் வாழ்க்கை அனுபவத்தில் கண்ட வெற்றிகள் தோல்விகள் - இவற்றினூடாகப் பெற்ற படிப்பினைகள், பெற்ற அறிவு இவற்றைத் தம் அடுத்த தலைமுறைக்கு கடத்தும் செயல்பாடு ஆகும். இந்தியாவில் நாம் ஒரு சமூகமாக இல்லாமல் மேலே, கீழே என்று அடுக்குகள் உள்ள சமூகமாக இருக்கிறோம். ஆகவே மேலடுக்கில் இருப்பவர்கள் தங்கள் அனுபவங்கள், தங்கள், பாரம்பரியம், தங்கள் பண்பாடு இவற்றையே இந்தியா முழுமைக்குமான ஒன்றாக மாற்றிவிட்டார்கள். இன்று தரப்படும் கல்வியில் சாதியாலும் பொருளாதாரத்தாலும் கீழ்த்தட்டிலிருக்கும் மக்களின் அனுபவம், படிப்பினை எதுவுமே சேரவில்லை. எத்தனையோ வைத்திய முறைகள், உணவுப் பொருட்கள் பயிரிடும் முறைகள், கட்டடம் கட்டும் தொழில் நுட்பம் என ஏராளமான அடித்தட்டு மக்களின் அறிவு தொகுக்கப்படவே இல்லை. ஆகவே இன்று கல்வி என நமக்களிக்கப்படுவது ஒருதரப்பானது." என்கிறார் அவர். ஆகவே கல்வி ஜனநாயகப்படுத்தப்பட வேண்டும்.

பெற்றோர்களாகிய நாம் நம் குழந்தைகள் நல்ல தனியார் பள்ளியில் சேர்ந்து படிக்க வேண்டும் என ஆசைப்படுகிறோம். அந்தப் பள்ளியின் கட்டணங்கள் மட்டும் குறைவாக இருக்க வேண்டும். அது போதும் என்று நினைக்கிறோம். நம் குழந்தைகளுக்கு பாடத்தில் என்ன இருக்கிறது, என்ன முறையில் அது கற்பிக்கப்படுகிறது. அது தேவையானதுதானா என்பது போன்ற கேள்விகளை நாம் எழுப்புவதில்லை.

படித்தவர்கள், வாய்ப்புள்ளவர்கள் எல்லாம் தனியார் பள்ளிகளுக்குப் போய் விடுவதால் அரசுப் பள்ளிகளின்

கட்டமைப்பு வசதி, தரம் பற்றிப் பேச ஆளில்லாமல் போய்விடுகிறது.

கொரோனா வந்த போதுதான் நமக்கு அரசு மருத்துவமனைகளின் முக்கியத்துவம் தெரிகிறது. அதுபோல அரசுப் பள்ளிகளின் முக்கியத்துவம் நமக்குப் புரிய என்ன வரவேண்டுமோ தெரியவில்லை. எல்லாக் குடும்பத்துப் பிள்ளைகளும் ஒரே பள்ளியில் படிப்பதுதான் இந்த நாட்டையும் உலகத்தையும் ஒவ்வொரு குழந்தையும் புரிந்துகொள்ள உதவியாக இருக்கும். ஒரு வகுப்பறை என்பது ஒரு நாட்டின் மினியேச்சர்போல. பெருந்தலைவர் காமராசர் அவர்கள் தனிப்பட்ட முயற்சி எடுத்து தமிழகம் முழுவதும் தனவந்தர்களிடம் நன்கொடையாக நிலம் பெற்று அரசு உதவி பெறும் தனியார் பள்ளிகளையும் அரசுப் பள்ளிகளையும் ஒரே நேரத்தில் உருவாக்கினார். அந்தத் தனியார் பள்ளிகள் அல்ல இன்று பெருகி நிற்கும் வணிகப்பள்ளிகள். கர்ம வீரர் காமராசர் கையேந்தி நின்று திறந்த கல்விச் சாலைகள் மிகச்சிறந்த மனிதர்களை உருவாக்கியது. இன்று நாம் அதை என்னவாக மாற்றி வைத்திருக்கிறோம்?

ஒன்பதாம் வகுப்பு மாணவன் வகுப்பறையில் தன் ஆசிரியையைக் (உமாமகேஸ்வரி-சென்னை) கத்தியால் குத்திக் கொலை செய்கிறான். பொறியியல் கல்லூரி மாணவர்கள் நாலுபேர் சேர்ந்து கல்லூரிக்குள் கல்லூரி முதல்வரை வெட்டிக் கொல்லுகிறார்கள். விரும்பிய கல்வி கிடைக்காததாலும் கிடைத்த கல்வி புரியாததாலும் தற்கொலை செய்துகொண்ட நம் கண்மணிகள் எத்தனை பேர்? வன்முறைக்களமாக, நம் குழந்தைகளின் உளவியலைச் சிதைக்கும் இடமாக நம் கல்விமுறை மாறிவிட்டது. இதில் இன்னும் போட்டி, இன்னும் கடினமான தேர்வுகள், இன்னும் மையப்பட்ட வடிகட்டல் முறைகள் என்று பயணம் தொடர்வது ஆபத்து.

1947இல் நம் முன்னோடிகள் கனவு கண்ட ஆரோக்கியமான கல்வியை நாம் அடைவது எப்போது? அதற்கான விவாதங்களையேனும் நம் குடும்பங்களில் துவக்க வேண்டும். அதற்கான நேரம் இந்தக் கொரோனா காலம்தான். கல்வியின் உள்ளடக்கம் பற்றியும் நம் நாடு இன்றிருக்கும் நிலையில் என்னவெல்லாம் நம் கல்வியில் இருந்தால் நாட்டுக்கு நல்லது என்பது குறித்தும் இன்று விவாதிப்போம். இன்று விவாதித்தால்தான் நாளை அல்லது என்றேனும் ஒருநாள் நல்ல மாற்றம் வரும்.

2
நம்மைப் பண்படுத்துவது யார்?

பண்பாடு பற்றி அதிகமாகப் பேசிய சமூகம் நம் தமிழ்ச் சமூகம். அதனாலோ என்னவோ, பண்பாடு குறித்த புரிதல் நம்மிடம் சற்றுக் குழம்பிய நிலையிலேயே இருக்கிறது. பண்பாடு என்றால் இதுதான், இப்படித்தான் என்று ஒரு சட்டகம் போட்டு இறுக்கமான வரையறை தந்துவிடவும் முடியாது. ஆங்கிலத்தில் 'கல்ச்சர் - CULTURE' என்ற சொல்லால் குறிக்கப்படுவது நீண்ட காலமாகத் தமிழில் 'கலாச்சாரம்' என்று சொல்லப்பட்டு வந்தது. ரசிகமணி டி.கே.சிதம்பரநாத முதலியார் அவர்கள்தான் "கலாச்சாரம் என்பது வடசொல். பண்பாடுஎன்பதே கல்ச்சர் என்னும் ஆங்கிலச் சொல்லுக்கு இணையான தமிழ்ச்சொல்" என்று 1937இல் முன் வைத்தார் என்று பேராசிரியர் வையாபுரிப்பிள்ளை குறிப்பிடுவார்.

கல்ச்சர் என்னும் ஆங்கிலச்சொல் ஒரே நேரத்தில் பெயர்ச்சொல்லாகவும் வினைச்சொல்லாகவும் புழக்கத்தில் உள்ளது. ஒன்றைப் பண்படுத்த வேண்டும் என்னும்போது வினைச்சொல்லாகிறது. ஒரு குறிப்பிட்ட பண்பாட்டைப் பற்றிச் சொல்லும்போது பெயர்ச்சொல் ஆகிறது. அக்ரிகல்ச்சர் என்பது பெயர்ச்சொல். நிலத்தைப் பண்படுத்தி விவசாயம் செய்யும் பண்பாட்டை அது குறிக்கிறது.

எதையும் பண்படுத்துவது பண்பாடு. நிலத்தைப் பண்படுத்துவதை விவசாயம் என்கிறோம். தோட்டக்கலையை ஹார்ட்டிகல்ச்சர் என்றும் பட்டு உற்பத்தியை செரிகல்ச்சர் என்றும் ஆங்கிலத்தில் குறிப்பிடுகிறோம். தமிழ்ப் பண்பாடு, இந்தியப் பண்பாடு, மேற்கத்தியப் பண்பாடு, வாசிப்புப் பண்பாடு, உணவுப் பண்பாடு, எனப்பல பண்பாடுகள் பற்றியும் நாம் பேசுகிறோம். சரி, அது இருக்கட்டும்.

எதையும் பண்படுத்துவது நல்லதா, கெட்டதா என்று கேட்டால் இயல்பாக நாம் நல்லது என்றுதான் விடை அளிப்போம். நிலத்தைப் பண்படுத்துவது நல்லதா, கெட்டதா என்று கேட்டால், நல்லது என்று உடனே விடையளிப்போம். ஆனால் உங்களுக்குச்

சொந்தமான நிலத்தை யாரென்று தெரியாத யாரோ சிலர் பண்படுத்தினால் நல்லதா? என்று கேட்டால் அதெப்படி? என்று எதிர்க்கேள்வி கேட்போம்.

யார் நிலத்தை யார் பண்படுத்தினால் நல்லது? அவர்கள் எதற்காகப் பண்படுத்துகிறார்கள்? அதில் என்ன விளையப்போகிறது? அது அறுவடை ஆகி யார் வீட்டுக்குப் போகப் போகிறது? என்கிற கேள்விகளுக்கெல்லாம் விடை தெரிந்தால்தான் நிலத்தைப் பண்படுத்துவது-அக்ரி கல்ச்சர் – நல்லதா, கெட்டதா என்று கூற முடியும்.

அதே, போலத்தான் கல்ச்சர் எனப்படும் பண்பாடும். மனித மனங்களைப் பண்படுத்துவதே பண்பாடு. மனித மனங்களைப் பண்படுத்துவது நல்லதா, கெட்டதா? உடனே நல்லது என்று சொல்ல வாய் வரை வார்த்தை வருகிறது. ஆனால் மீண்டும் அதே கேள்விகளை எழுப்பிப் பார்க்க வேண்டுமல்லவா? யார் மனதை யார் பண்படுத்துகிறார்கள்? எதற்காகப் பண்படுத்துகிறார்கள்? மனங்களில் என்ன விதைக்கப்போகிறார்கள்? அது யாருக்கு நன்மை தரும்? போன்ற கேள்விகளை எழுப்பி அதற்கு விடை தெரிந்தால்தான் மனதைப் பண்படுத்துவது நல்லதா, கெட்டதா என்று கூற முடியும்.

உதாரணமாக நாம் தொலைக்காட்சிகளில் அன்றாடம் வரும் விளம்பரங்களைப் பார்ப்போம். விளம்பரங்கள் எதற்காகச் செய்யப்படுகின்றன? அவற்றைப் பார்க்கும் மனித மனங்களைப் பண்படுத்துவதற்காகவே செய்யப்படுகின்றன. ஒரு விளம்பரம் பல் தேய்க்கும் பிரஷ் பற்றியது. அந்த விளம்பரத்தில் நம்மைப்போல ஒருவர் இயல்பாக ஒரு பிரஷ்ஷை எடுத்து அதில் பற்பசையை வைத்துத் தேய்க்கத் துவங்குகிறார். அப்போது பின்னணியில் அழுத்தமான குரலில் ஒரு கேள்வி எழுப்பப்படுகிறது.

உங்கள் பற்கள் தட்டையாக இருக்கின்றனவா? இல்லை என்பதாக நாமும் தலை ஆட்டுவோம். நம் பற்கள் வளைந்துதானே இருக்கின்றன என்று நம் மைண்ட் வாய்ஸ் நம்மோடு பேசும். பின்குரல், "அப்படியானால் உங்கள் பிரஷ் மட்டும் ஏன் தட்டையாக இருக்கிறது?" என்கிற கேள்வியைத் தூக்கி நம் முன்னால் போடும். நாம் ஒரு கணம் திகைத்துப் போவோம். அடுத்த நிமிடத்தில் திரையில், "எங்கள் பிரஷ் 32 டிகிரி வளைந்திருக்கிறது. பற்களின் மூலை முடுக்கெல்லாம் சென்று

சுத்தம் செய்யும் " என்று காட்சிகள் விரியும். நாம் அப்படியே சரணடைந்து விடுகிறோம். தினசரி இந்த விளம்பரத்தைப் பார்க்கும் நம் மனம் என்னவாகும்? வழக்கமாகக் கடைக்குச் சென்று "அண்ணாச்சி! ஒரு பிரஷ் குடுங்க" என்று கேட்ட நாம் இப்போது "அண்ணாச்சி! அந்த வளைஞ்ச பிரஷ் இருந்தா குடுங்க" என்று கேட்கிறோம். அதாவது நேராக இருந்த நம் மனதை அந்த விளம்பரம் வளைத்துவிட்டது. அதாவது நம் மனதைப் பண்படுத்தி விட்டது. எதை நோக்கி நம் மனம் வளைக்கப்பட்டது? அந்தக் கம்பெனிக்காரனின் சரக்கான வளைந்த பிரஷ்ஷை நோக்கி.

ஆகவே நம்மை யார் பண்படுத்துகிறார்கள் என்கிற கேள்வி முக்கியமானது. இதை நாம் 'நுகர்வுப்பண்பாடு-CONSUMER CULTURE' என்று சொல்கிறோம். எது நல்ல வாழ்க்கை? என்கிற கேள்வியை எழுப்பி, நுகர்வுப்பண்பாடு, இன்னின்ன பொருட்களெல்லாம் நிறைந்த வீட்டில் வாழ்வதுதான் 'நல்ல வாழ்க்கை' என மக்களை நம்ப வைத்துள்ளது. ஒன்றிரண்டு பொருட்கள் குறைந்தால் அவற்றை வாங்கி நிரப்புவதே மன நிறைவு என உளவியல் ரீதியாகத் தயார்படுத்திவிட்டது. அதாவது பண்படுத்திவிட்டது.

மனித மனங்களைப் பண்படுத்துவது உலகமயப் பொருளாதாரம் வந்த பிறகு விளம்பர யுகம் துவங்கிய பிறகு வந்த ஒன்றல்ல, அது ஆதி காலம் தொட்டே இருந்து வருகிறது.

"பண்பெனப்படுவது பாடறிந்து ஒழுகல்" எனக் கலித்தொகை (பாடல் 133) கூறுகிறது.

"பண்புடையார்ப் பட்டுண்டு உலகம் அதுஇன்றேல் மண்புக்கு மாய்வது மன் (திருவள்ளுவர், திருக்குறள் 996)" என்று வள்ளுவப்பெருந்தகை கூறுகிறார்.

பண்பு, பண்புடைமை என்பதிலிருந்து பிறந்ததுதான் பண்பாடு.

உலகத்தோடு ஒட்ட ஒழுகல் பலகற்றும்
கல்லார் அறிவிலா தார்
(அதிகாரம்: ஒழுக்கமுடைமை குறள் எண்: 140)

பொழிப்பு (மு வரதராசன்): உலகத்தாரோடு பொருந்த ஒழுகும் முறையைக் கற்காதவர், பல நூல்களைக் கற்றிருந்தபோதிலும் அறிவில்லாதவரே ஆவர்.

அதாவது என்ன படிச்சிருந்தாலும் ஊரோடு ஒத்துப் போகத்தெரியலேன்னா அவன் முட்டாள்தான் என்கிறார். ஊரோடு ஒத்துப்போகும்படி நம் மனங்களைத் தகவமைப்பதுதான் பண்பாட்டின் பணி. இப்போது இன்னொரு கேள்வி எழுகிறது. ஊர் நல்ல ஊரா இருந்தால் ஊரோடு ஒத்துப்போகலாம். மோசமான ஊராக இருந்தால் அதனுடன் எப்படி ஒத்துப்போக முடியும்?இந்தக் கேள்விக்கு நாம் அப்புறமாக வருவோம்.

நம் மனங்களைப் பண்படுத்துவது யார் என்கிற கேள்வியை இப்போது எடுத்துக்கொள்வோம். நம் சமூகத்தில் இயங்கும் பல பண்பாட்டு நிறுவனங்கள்தாம் நம் மனங்களைப் பண்படுத்துகின்றன. அவை எவை?

1. குடும்பம்
2. கல்விச்சாலைகள்
3. சாதி
4. மதம்
5. கலை, இலக்கியம்
6. மீடியா எனப்படும் ஊடகம்

இப்படிப் பல பண்பாட்டு நிறுவனங்கள்தாம் நம் மனங்களைப் பண்படுத்துகின்றன. இவை ஒவ்வொன்றையும் பற்றி நாம் விரிவாக அறிந்துகொள்ள வேண்டும். இடம் கருதி இங்கு சுருக்கமான அறிமுகமாகப் பார்க்கலாம்.

குடும்பம் என்பது மிக முக்கியமான சமூகவயமாக்கும் பண்பாட்டுத் தொழிற்சாலை ஆகும். நாம் யார்? நாம் என்ன சாதி?என்ன மதம்? எது நல்லது? எது கெட்டது? என்பன போன்ற பல முக்கியமான புரிதல்களையும் உணர்தல்களையும் நமக்குக் கற்றுக்கொடுக்கும் இடம் குடும்பம்தான். ஆணுக்கு என்ன வேலை? பெண்ணுக்கு என்ன வேலை என்பதையும் தீர்மானிக்கும் இடமாகவும் அது திகழ்கிறது. நமக்கு ஆடை அணிவிக்கப் பழக்கும் குடும்பம்தான் ஆணும் பெண்ணும் சமமில்லை என்கிற கருத்தையும் நம் தலையில் ஏற்றி விடுகிறது. ஆணுக்கான வேலை, பெண்ணுக்கான வேலை என்கிற பிரிவினையைக் குடும்பம்தான் கற்றுத்தருகிறது. ஆனால் குடும்பம் தானாக யோசித்து எதையும் கற்றுத்தருவதில்லை. எந்த நாட்டில் எந்த சமூகத்தில் எந்தக் காலத்தில் ஒரு குடும்பம் இயங்குகிறதோ அந்தக் காலமும் இடமும்தான் குடும்பத்தின் சிந்தனையையும் தீர்மானிக்கிறது. “ஈன்று புறந்தருதல் என் தலைக்கடனே. சான்றோனாக்குதல்

தந்தைக்குக் கடனே” என்று சங்ககாலத்தில் சொல்லப்பட்ட கடமையில் இன்றளவும் மாற்றமில்லாமல் இருப்பது சரியா? எண்ணற்ற குடும்பங்களில் பிள்ளைகளின் கல்வி பற்றி அக்கறைப்படுவது மட்டுமின்றி அன்றாடம் பிள்ளைகளோடுகூட உட்கார்ந்து வீட்டுப்பாடம் சொல்லிக்கொடுப்பது வரை சான்றோனாக்கும் கடமையைத் தாய்மார்கள்தாம் செய்கிறார்கள். ஆனாலும் தந்தையோடு கல்விபோம் என்கிற பழைய கருத்தைத்தான் நாம் சுமந்துகொண்டலைகிறோம். ஆணாதிக்க சமூகத்தில் குடும்பங்களும் ஆணாதிக்கச் சிந்தனைகளையே குழந்தைகள் மனதில் விதைக்கும். பெண்குழந்தைகளை அடுப்படிக்கு அழைக்கும் குடும்பம் ஆண்குழந்தைகளுக்குச் சமைக்கக் கற்றுத்தருவதில்லை. வாசல் பெருக்கிக் கோலம் போட ஆண்குழந்தைகளைப் பழக்குவதில்லை. இப்படித்தான் குடும்பம் என்னும் பண்பாட்டு நிறுவனம் நம்மைப் பண்படுத்துகிறது.

கல்விச்சாலைகள் நம்மை ஓர் ஆசிரியர் சொல்வதைக் கைகட்டி, வாய்பொத்தி சைலன்ஸாகக் கேட்கும் பண்பாட்டில் வளர்க்கின்றன. கல்வி என்பது ஆசிரியர் மற்றும் கல்வித் திட்டம் கொடுப்பதை மாணவர்கள் கைநீட்டி வாங்கிக்கொள்வதாகவே நாம் புரிந்து கொண்டிருக்கிறோம். “எனக்குக் கல்விப்பிச்சை இட்ட ஆசிரியர்/ பள்ளிக்கூடம்” என்கிற சொல்லாடல் இதனால்தான் வந்தது. கல்வி ஒருபோதும் ஒருவர் கொடுக்க, இன்னொருவர் வாங்கும் பிச்சை அல்ல. கற்பவரும் கற்பிப்பவரும் சேர்ந்து இந்த சமூகத்தையும் உலகத்தையும் பிரபஞ்சத்தையும் புரிந்துகொள்ளும் ஓர் நிகழ்வுப்போக்கே கல்வி. ஆனால் நம் கல்விச் சாலைகள் புத்தகத்தில் உள்ளதை அப்படியே மனப்பாடம் செய்து தேர்வுத்தாளில் வாந்தி எடுக்கும் மாணவர்களையே உருவாக்குகின்றன. எதிர்க்கேள்வி கேட்காமல் சொன்னதைக் கேட்டுச் செல்லும் மனிதர்களை உருவாக்கும் தொழிற்சாலைகளாகக் கல்விச்சாலைகள் இயங்குகின்றன.

சொன்ன பேச்சுக் கேட்கும் மனிதர்கள்தாம் ஆள்பவர்களுக்கும் ‘படியளப்பவர்’களுக்கும் பிடிக்கும் என்பது ஊரறிந்த உண்மை. அவர்களுக்குத் தேவையான மனித மனங்களைப் பண்படுத்தும் இடமே பள்ளி. சாதி என்பது உலகத்தில் வேறு எந்த நாட்டிலும் இல்லாத இந்தியாவில் மட்டுமே இருக்கின்ற ஓர் ஏற்பாடு. பிறப்பின் அடிப்படையிலேயே ஒருவருடைய சமூக நிலையை அவரவர் ஏற்றுக்கொள்ளச்செய்யும் பண்படுத்தலை சாதியம்

செய்கிறது. மலம் அள்ளும் தொழில் யாருக்காவது பிடிக்குமா? சாதியின் பெயரால் அத்தொழில் ஒரு குறிப்பிட்ட பகுதி மக்களின் தலையில் கட்டப்பட்டு விட்டதல்லவா? எந்த அறிவும் திறமையும் இல்லாதவனும் கூட தான் பிறந்த சாதியின் காரணமாக உயர்ந்தவனாகக் கருதிக்கொள்ளும் பண்பாட்டை சாதியம் செயல்படுத்துகிறது. சாதி அடிப்படையில் தொழில் என்பதில் சில உடைப்புகள் ஏற்பட்டுள்ளன. சாதியை மறுத்ததால்தான் அது நிகழ்ந்தது. ஆனாலும் கீழ், மட்டத்திலும் உயர்மட்டத்திலும் தொழில் மாற்றம் இன்னும் ஏற்பட்டுவிடவில்லை. மலம், சாக்கடை அள்ளுவதும் புரோகிதம் செய்வதும் இன்றைக்கும் சாதி அடிப்படையில்தான் தொடர்கிறது.

அதேபோல சாதி, மத, இன பேதமற்றுப் பிறக்கும் மனிதனை, மனுஷியை பெற்றவர்களின் மதத்தில் அவர்கள் சம்மதம் இல்லாமலேயே சேர்த்து விடுகிறோம். அம்மதத்தின் பழக்கவழக்கமும் பண்பாடும் அக்குழந்தைகளைப் பண்படுத்துவதில் மிகப்பெரிய பங்காற்றுகின்றன. நம்பிக்கையும் அறிவும் எதிரெதிர் நிலைகளில் போரிட்டவாறே சக பயணிகளாக மனிதகுல வரலாறு நெடுகிலும் வந்துகொண்டிருப்பவை.

தனக்கு மதம் தேவையா, இல்லையா? தேவை எனில் எந்த மதம் என் மதம் என்று தேர்வு செய்யும் உரிமை ஒவ்வொரு குழந்தைக்கும் தரப்பட வேண்டும். குறைந்தபட்ச வயது/ வளர்ச்சிக்குப் பிறகு அவர்கள் தேர்வு செய்யவேண்டிய ஒன்றாக அது மாற வேண்டும்.

கலை இலக்கியங்கள் என்கிறவையும் பண்பாட்டு நிறுவனங்கள்தாம். மனித மனங்களை "இருப்பதை ஏற்றுக்கொள்ள" வைப்பதில் அவை முக்கியப் பங்காற்றுகின்றன. எழுதப்பட்ட இலக்கியங்கள் மட்டுமல்ல, எழுதப்படாத இலக்கியங்களான விடுகதை, பழமொழி, சொலவடை போன்றவையும் இப்பணியையே செய்கின்றன.

"ராஜா வீட்டு நாய் சிம்மாசனம் ஏறுதுன்னு வண்ணான் வீட்டு நாய் வெள்ளாவியிலே ஏறலாமா?" என்று ஒரு சொலவடை உண்டு. உனக்கு என்ன விதிக்கப்பட்டிருக்கிறதோ அதை ஏற்றுக்கொள். அதை மீற நினைக்காதே என்கிற பண்படுத்தல் இதில் இருக்கிறது.

மீடியா பற்றி ஏற்கெனவே பேசினோம். ஆகவே நம்மை யார் யாரோ பண்படுத்துகிறார்கள் என்பதுதான் உண்மை. இன்றிருக்கும்

நம் மனதைப் பண்படுத்தியவர்கள் இந்தப் பண்பாட்டு நிறுவனங்களே. நல்லதை எல்லாம் ஏற்றுக்கொள்ளலாம். அல்லவற்றிலிருந்து விடுபடுவது எப்படி? ஊர் சரியில்லை என்றால் ஊரோடு ஏன் ஒத்துப்போக வேண்டும்? கட்டமைக்கப்பட்ட -பண்படுத்தப்பட்ட- நம் மனதிற்கு விடுதலை எப்படிக் கிடைக்கும்? கேள்வி கேட்கும் கலாச்சாரத்தை வளர்த்துக்கொள்வது முதல் படி. பகுத்தறிவின் பரப்பில் நிற்க முடியாத பண்படுத்துதல்களை துணிவுடன் நிராகரிக்கக் கற்றுக்கொள்ள வேண்டும். வாசிப்புப் பண்பாட்டை வளர்த்துக்கொள்வதன் மூலம்தான் கேள்வி கேட்கும் பண்பாட்டுக்குள் நாம் நுழைய முடியும்.

எழுதாத சிலேட்டாக இருக்கும் நம் மனதில் யார் யாரோ வந்து அவர்களுக்குத் தேவையானதை எழுதிச்செல்ல நாம் அனுமதிக்கலாகாது. நமக்கான எழுத்தை நாமே எழுதுவோம்.

3
மாவீரன் பகத்சிங் நினைவு தினம்-மார்ச் 23

ஒன்று

பகத்சிங் என்றால் புரட்சி. வெடிகுண்டு. தூக்குத்தண்டனை என்று மட்டுமே பலருக்கும் அறிமுகம் ஆகியிருக்கிறார். எனக்கு பகத்சிங் அறிமுகம் ஆனது நான் ஐந்தாம் வகுப்புப் படித்துக்கொண்டிருந்த போதுதான். எங்கள் கிராமத்துப் பள்ளிக்கூடத்துக்கு எதிரில் ஒரு வாசகசாலை இருந்தது. அதில் எல்லா நாளிதழ்கள், வார இதழ்களும் வந்து கிடக்கும். பள்ளி இடைவேளை நேரங்களில் ஓடி ஓடிப்போய் அவற்றை வாசிப்பது என்னுடைய வழக்கமாக இருந்தது.

ஒருநாள் அப்படி வாசகசாலைக்குப் போயிருந்தபோது ஒரு பெரியவர் சத்தமாக ஒரு செய்தியை ஆச்சரியமாக வாசித்துக்கொண்டிருந்தார். "பாருங்கய்யா சாகப்போற நேரத்திலே ஒருத்தன் புஸ்தகம் படிச்சிக்கிட்டு இருந்திருக்கான். அவன் மனுசனா நாமள்ளாம் மனுசனா?" என்கிற வியப்புக்குறிகளுடன் அவர் வாசித்த துணுக்கு பகத்சிங்கைப்பற்றியது. 1931 மார்ச் 23 அன்று காலையில் பகத்சிங்கைத் தூக்கில் போட ஜெயில் அதிகாரி அழைத்தபோது, பகத்சிங் ஒரு புத்தகத்தைப் படித்துக்கொண்டிருந்தாராம். அதில் 20 பக்கம் பாக்கி இருந்ததாம். தூக்கிலே சாவதற்கு முன்னால் அப்புத்தகத்தை வாசித்துவிடவேண்டும் என்று வேக வேகமாக வாசித்தாராம். அப்படியும் முடிக்க முடியவில்லை. ஆகவே "என்னுடைய கடைசி ஆசையாக ஒன்றைக் கேட்கிறேன். இப்புத்தகத்தைப் படித்து முடிக்கும்வரை எனக்கு கால அவகாசம் கொடுங்கள். படித்து முடித்ததும் என்னைத் தூக்கில் போட்டுக்கொள்ளுங்கள்" என்று சொன்னாராம். அதை ஏற்று அவருக்கு அரை மணிநேரம் தரப்பட்டது. அப்புத்தகத்தைப் படித்து முடித்துவிட்டு மகிழ்ச்சியுடனும் கம்பீரத்துடனும் கால் விலங்குகள் சரக் சரக் என்று முழங்கி ஒலிக்கத் தூக்குமேடைக்குச் சென்றாராம்.

சாகப்போகும் நேரத்திலும் புத்தகம் வாசித்த ஒரு மாபெரும் வாசகனாகவே பகத்சிங் எனக்கு அறிமுகம் ஆனார். அவர் வாசகர் மட்டுமல்ல, நுட்பமான எழுத்தாளரும்கூட.

பகத்சிங் எழுதிய 'நான் ஏன் நாத்திகன் ஆனேன்?' என்கிற புத்தகத்தை சுயமரியாதை இயக்கத்தில் அன்று தலைமை வகித்த தோழர் ப. ஜீவானந்தம் மொழிபெயர்த்து தந்தைப் பெரியார் நடத்திய 'குடி அரசு' இதழில் வெளியிட்டார்கள். அதற்காக அன்றைக்கு ஜீவாவும் பெரியாரின் சகோதரரும் கைது செய்யப்பட்டுக் கைவிலங்கு பூட்டித் தெருவில் இழுத்துச் செல்லப்பட்டனர். பகத்சிங் என்றால் வெள்ளைக்காரனுக்கு அப்படி ஒரு பயம். சுதந்திரப் போராட்ட வீரர் பாபா ரந்தீர்சிங் லாகூர் மத்திய சிறையில் 1930-31 இல் பகத்சிங் கிடம் கடவுள் நம்பிக்கையை ஏற்படுத்தக் கடுமையாக முயற்சி செய்தார். ஆனால் தோல்வியடைந்தார். அவர் பொறுமையிழந்து இகழ்ச்சியாக, தலைக்கிறுக்குப் பிடித்து அகம்பாவத்துடன் கடவுளுக்கும் உனக்குமிடையே ஒரு கறுப்புத் திரையைத் தொங்கவிட்டிருக்கிறாய், என்று பகத்சிங்கிடம் கூறினார். அவருக்குப் பதில்கூறும் விதத்தில் பகத்சிங் எழுதிய கட்டுரையே 'நான் ஏன் நாத்திகன் ஆனேன்.'

அவருடைய இன்னொரு நூல் 'கனவுலகிற்கு ஓர் அணிந்துரை' என்பதாகும். அது உண்மையில் கனவுலகம் என்கிற கவிதை நூலுக்கு பகத்சிங் எழுதிய அணிந்துரையாகும். லாலா ராம் சரண் தாஸ் என்கிற பகத்சிங்கின் தோழர் எழுதிய நூல் அது. 1915இல் முதல் லாகூர் சதி வழக்கில் குற்றம் சாட்டப்பட்டு ஆயுள் தண்டனைக் கைதியாக சேலம் மத்திய சிறையில் இருந்தவர் அவர். 1920இல் விடுதலை பெற்றபின் பகத்சிங்கின் 'இந்துஸ்தான் சோசலிசக் குடியரசு சங்க'த்தின் செயல்வீரராக இணைகிறார். மீண்டும் அவர் சிறைசென்றபோது இந்நூலை எழுதி அதன் கைப்பிரதியைப் பகத்சிங்குக்கு அனுப்பி அணிந்துரை கேட்கிறார். நான் கவிஞனுமல்லன். இலக்கியவாதியுமல்லன். ஓர் அரசியல் ஊழியன் என்கிற அளவில் என் பார்வைகளைத் தருகிறேன் என்கிற பீடிகையுடன் ஆரம்பிக்கும் பகத்சிங்க்கின் அணிந்துரை மிக ஆழமான தத்துவம் மற்றும் புரட்சிகர அரசியல் விஷயங்களைப் பேசுகின்றன.

"சிறையில் பகத் சிங் எழுதிய நான்கு முக்கியப் புத்தகங்களின் கையெழுத்துப் பிரதிகள் அழிக்கப்பட்டுவிட்டன என்பது மிகவும் துரதிருஷ்டவசமாகும். (1) சோசலிசத் தத்துவம் (2) சுயசரிதை (3) இந்தியாவில் புரட்சி இயக்கத்தின் வரலாறு (4) மரணத்தின் நுழைவாயிலில் என்பவையே அந்நான்கு புத்தகங்களும்" என்று பகத்சிங்கின் நண்பரான சிவவர்மா எழுதுகிறார். சாகப்போகும்போது

எப்படி அவரால் அமைதியாகப் புத்தகம் வாசித்துக்கொண்டிருக்க முடிந்தது என்கிற என் கேள்விக்கு விடை இந்த நான்காவது புத்தகத்தில் இருந்திருக்கலாம்.

பகத்சிங்கின் மரணத்துக்குப் பிறகு அவருடைய 'சிறைக்குறிப்புகள்' கிடைத்தன. அவை அவருடைய டைரிக்குறிப்புகள் அல்ல. மாறாக சிறையில் மரணத்துக்காகக் காத்திருந்த நாட்களில் அவர் வாசித்த எண்ணற்ற நூல்களிலிருந்து அவருக்குப் பிடித்தமான வரிகளை 40 பக்க நோட்டு ஒன்றில் எழுதி வைத்தவையே 'பகத்சிங்கின் சிறைக்குறிப்புகள்' என்கிற பேரில் வெளியிடப்பட்டது. தமிழில் அதை சாகித்ய அகாடமி விருது பெற்ற மொழிபெயர்ப்பாளர் சா. தேவதாஸ் மொழிபெயர்த்துள்ளார். என் கேள்விக்கான விடையை அந்நூலில் நான் கண்டேன். ஆம். "இரவும் பகலும் நூல்களை வாசித்து வாசித்து வாசிப்பின் வழியாக மரணத்தை வெல்ல முயன்றிருக்கிறான் பகத்சிங்" என்பதே அந்த விடை.

அறிவின் தீட்சண்யம் மிளிரும் இந்த முகம் அதிகம் பேசப்படாத, தரிசிக்கப்படாத பகத்சிங்கின் ஒரு முகம்.

இரண்டு

மாவீரன் என்பது அவரது இரண்டாவது முகம். ஆங்கில ஏகாதிபத்தியத்துக்கு எதிராக ஆயுதம் ஏந்திப் போராடிய எண்ணற்ற வீரர்களின் அடையாளமாக நம் தேச விடுதலைப் போராட்ட வரலாற்றில் என்றென்றும் நிலைத்திருக்கும் ஓர் பெயர் பகத்சிங். 1907 ஆம் ஆண்டு அக்டோபர் மாதம் 7ஆம் தேதி பஞ்சாப் மாநிலத்தின் லாயல்பூர் மாவட்டத்தில் 'பங்கா' என்கிற கிராமத்தில் பிறந்த பகத்சிங் மாணவராக இருந்த காலத்திலேயே விடுதலைப் போராட்டத்தில் குதித்தவர். அவருக்கு 12 வயதாக இருக்கும்போது பஞ்சாப் மாநிலம் அமிர்தசரஸ் நகரில் உலகையே குலுக்கிய துயரச்சம்பவம் ஒன்று நடந்தது.

அமிர்தசரஸ் நகரில் உள்ள ஜாலியன் வாலாபாக் எனப்படும் பூங்காவில் 1919 ஏப்ரல் 13 அன்று ஆயிரக்கணக்கான மக்கள் கூடினார்கள். வெள்ளையரை எதிர்த்த தேசியத் தலைவர்கள் சத்யபால் மற்றும் டாக்டர் சைஃபுதீன் கிச்லு கைது செய்யப்பட்டிருந்த நேரம். அக்கைதைக் கண்டித்து அமைதியான முறையில் ஆர்ப்பாட்டம் செய்யவே மக்கள் ஜாலியன் வாலாபக்கில் கூடினார்கள். திடீரென்று ஆங்கில போலீஸ் அதிகாரி ஜெனரல்

டையர் என்பவன் குதிரைப்படையோடு வந்து, எந்த முன்னறிவிப்பும் செய்யாமல் மக்களைச் சுட்டுத்தள்ளினான். தப்பி ஓட வழி இல்லாத மக்கள் 400 பேருக்கு மேல் பலியானார்கள். 2,000 பேருக்கு மேல் படுகாயம் அடைந்தார்கள்.

அன்றிரவு முழுக்க மக்கள் அந்த மைதானத்தில் ரத்த வெள்ளத்தில் கிடந்தார்கள், "துப்பாக்கியில் குண்டுகள் தீர்ந்துவிட்டன. இல்லாவிட்டால் இன்னும் பல பேரைக் கொன்றிருப்பேன்" என்று கொக்கரித்தான் ஜெனரல் டையர். நாடே கொந்தளித்து எழுந்தது.

சிறுவன் பகத்சிங் மனதை இச்செய்தி ஆழமாகத் தாக்கியது. தன் ஊரிலிருந்து ரயிலில் கிளம்பி ஜாலியன் வாலாபாக்கிற்கே வந்து சேர்ந்தான் பகத்சிங். அந்த மைதானமெங்கும் திட்டுத்திட்டாக ரத்தம் கட்டிக்கிடந்தது. ரத்தத்தில் நனைந்த மண்ணை தன் கையில் அள்ளினான் பகத்சிங். அதைத் தன் வீட்டுக்குக் கொண்டுவந்து ஒரு பாட்டிலில் போட்டுத் தன் படிப்பு மேசையின் மீது வைத்துப் பார்த்துக்கொண்டே இருந்தான். நம் ஊர்களில் ஊர் விட்டு ஊர் போகும்போது குலதெய்வக் கோயிலிலிருந்து பிடிமண் எடுத்துச்செல்வதுபோல பகத்சிங் மண் எடுத்துள்ளார். பிடிமண் எடுத்துக் கோயில் கட்டுவதுபோலத் தன் மனதில் தேசபக்தியைக் கட்டி எழுப்பினார்.

அன்றைய காங்கிரஸ் இயக்கத்தின் தீவிரவாதப் பிரிவின் தலைவரான லாலா லஜபதிராயை நெஞ்சிலே அடித்துக் கீழே சாய்த்த ஆங்கில அதிகாரியைப் பழி வாங்க பகத்சிங் முடிவு செய்தார். நண்பர்கள் உதவியுடன் சாண்டர்ஸ் என்கிற அந்த இன்ஸ்பெக்டரை காவல் நிலைய வாசலிலேயே வைத்துச் சுட்டார். அத்துப்பாக்கிச் சூட்டுக்குப் பிறகு பகத்சிங்கின் வாழ்க்கையே திசை மாறிவிட்டது. காவல்துறையால் தேடப்படும் குற்றவாளியாக தலைமறைவாக ஒளிந்து வாழும் ஒரு வாழ்க்கை அன்று துவங்கியது.

அது காந்தி யுகம்.

அகிம்சையைத் தன் போராட்ட வழிமுறையாக வகுத்துக்கொண்ட காந்திஜி மகாத்மாவாக கோடான கோடி மக்களால் ஏற்றுக்கொள்ளப்பட்ட காலத்தில் அகிம்சைக்கு எதிராக ஆயுத வழியைப் பகத்சிங்கும் அவரது தோழர்களும் கைக்கொண்டனர். பகத்சிங் மட்டுமல்ல. நாடு முழுவதும் பல இளைஞர்கள் காந்தியின் அகிம்சைப் பாதையை ஏற்றுக்கொள்ளாமல் அடிச்சா

திருப்பி அடிப்போம் என்று கோபாவேசத்துடன் களம் இறங்கியிருந்தனர். சந்திரசேகர ஆஸாத், சிட்டகாங் வீரர்களான சூர்யகுமார் சென், கல்பனா தத், ப்ரீத்திலதா, அம்பிகா சரண் சக்ரவர்த்தி, கணேஷ் கோஷ், சுபாஷினி கங்குலி போன்ற இளைஞர்களும் தமிழகத்தில் வ.வே.சு. அய்யர், சுப்பிரமணிய சிவா, வ.உ. சிதம்பரம்பிள்ளை, நீலகண்ட பிரம்மச்சாரி, வாஞ்சிநாதன் போன்ற தீவிரவாதப் பாதையைத் தேர்ந்தெடுத்த வீரர்களும் இயங்கினர்.

1929ஆம் ஆண்டு ஏப்ரல் 8ஆம் நாள் டெல்லி மத்திய சட்டசபையில் இரு சட்டங்களை ஆங்கில அரசு கொண்டுவர இருந்தது. மக்கள் விரோத பாதுகாப்புச் சட்டம் மற்றும் தொழில் சட்டம் இரண்டையும் எதிர்க்கும் விதமாக "கேளாச்செவிகள் கேட்கவேண்டுமானால் நமது சத்தம் பலமாக இருக்க வேண்டும்" என்கிற முழக்கத்துடன் பகத்சிங்கும் அவரது தோழரான பட்டுகேஷ்வர் தத்தும் கையெறி குண்டுகளைச் சட்டசபைக்குள் வீசினர். வீசி விட்டு ஓடி ஒளியும் தீவிரவாதிகள் அல்ல அவர்கள் இருவரும். ஏன் குண்டு வீசினோம் என்கிற காரணத்தை விளக்கி நோட்டீசை எல்லோருக்கும் வழங்கிவிட்டுத் தாமே முன் வந்து கைதாகினர். "யாரையும் காயப்படுத்தும் நோக்கத்துடன் சபைக்குள் குண்டுகளை வீசவில்லை. மாறாக எல்லோருடைய கவனத்தையும் ஈர்க்கவே வீசினோம்" என வாதாடினர்.

அவர்களுடைய அந்த நோட்டீஸ் வாசகங்கள் அன்றைய 'இந்துஸ்தான் டைம்ஸ்' மாலைப் பதிப்பில் வெளியாகியது: "...பொதுப்பாதுகாப்பு மற்றும் தொழில் தகராறு சட்ட முன் வடிவிற்கும், லாலா லஜபதிராயின் படுகொலைக்கும் இந்த நிராதரவான இந்திய மக்களின் சார்பாக எங்களது எதிர்ப்பினைத் தெரிவிக்கும் அதேவேளையில், தனி நபர்களைக் கொல்வது எளிது, ஆனால் உங்களால் கருத்துக்களைக் கொல்ல முடியாது" எனும் வரலாற்றில் மீண்டும் மீண்டும் நிரூபிக்கப்பட்ட படிப்பினையையே நாங்களும் வலியுறுத்திக்கூற விரும்புகிறோம். மாபெரும் சாம்ராஜ்யங்கள் பல தூள் தூளாக்கப்பட்டுள்ளன. ஆனால் கருத்துக்களை அவ்வாறு தூள் தூளாக்க முடியாது... மனிதனை மனிதன் சுரண்டுவதை இல்லாமற் செய்து அனைத்து மக்களுக்குமான சுதந்திரத்தைக் கொண்டுவரக்கூடிய மாபெரும் புரட்சியின் பலி பீடத்தில் தனிநபர்களின் தியாகங்களைத் தவிர்க்க முடியாது. இன்குலாப் ஜிந்தாபாத்' என்று அதில் எழுதியிருந்தது.

ஆனாலும் மகாத்மா காந்தி இச்செயலை ஆதரிக்கவில்லை. கண்டித்தார். 1929ஆம் ஆண்டு டிசம்பர் 23ஆம் நாளன்று வைஸ்ராய் சென்ற ரயிலுக்குக் குண்டு வைக்கப்பட்டது. வைஸ்ராய் தப்பி விட்டார். என்றாலும்காந்திஜி இதைக்கண்டித்து "வெடிகுண்டை வழிபடுதல்" THE CULT OF BOMB என்றொரு கட்டுரையை யங் இந்தியா பத்திரிகையில் எழுதினார். அதற்கு மறுப்பாக பகத்சிங்கின் தோழர்கள் "வெடிகுண்டின் தத்துவம்"என்கிற கட்டுரையை எழுதினார்கள். அதில் அவர்கள் விளக்கிய முக்கியமான கருத்து:" 'சத்தியாகிரகம்' என்பது உண்மையை வலியுறுத்துவதாகும். மனவலிமையின் மூலம் மட்டுமே அவ்வுண்மையை ஏற்க வேண்டும் என ஏன் வற்புறுத்துகிறீர்கள்? அம்மன வலிமையுடன் உடல் வலிமையையும் ஏன் ஒன்றிணைக்கக் கூடாது. தங்களிடமுள்ள உடல்வலிமை, மன வலிமை ஆகிய அனைத்து வலிமைகளையும் ஒன்று திரட்டி சுதந்திரத்திற்காகப் புரட்சியாளர்கள் போராடிக்கொண்டிருக்கையில், மனவலிமையை ஆதரிக்கிற அஹிம்சைவாதிகள், உடல் வலிமையைப் பிரயோகிப்பதைத் தடை செய்ய விரும்புகின்றனர். எனவே நீங்கள் வன்முறையைப் பயன்படுத்தப்போகிறீர்களா என்பதல்ல உண்மையான கேள்வி. மாறாக, நீங்கள் மன வலிமையையும் உடல்வலிமையையும் சேர்த்துப் பயன்படுத்தப் போகிறீர்களா அல்லது மனவலிமையை மட்டும் பயன்படுத்தப்போகிறீர்களா என்பதே உண்மையான கேள்வி'.

தன் பாதை எது என்கிற தெளிவும் அப்பாதைக்கு அடிப்படையான தனது தத்துவம் பற்றிய ஆழ்ந்த புரிதலும் கொண்டிருந்த பகத்சிங் 1931 மார்ச் 23 காலை 7 மணிக்கு அவனுடைய 24ஆவது வயதில் தூக்கிலிடப்பட்டான். "இன்குலாப் ஜிந்தாபாத்" என்கிற அவன் உருவாக்கிய முழக்கத்தையே அவனுக்குக் காணிக்கையாக்கி, தூக்கிலேறு முன் மார்ச் 22ஆம் தேதி அவன் தன் தம்பிக்கு எழுதிய வரிகளோடுகட்டுரையை நிறைவு செய்வோம்: 'நாளைக் காலை மெழுகுவர்த்தி ஒளி மங்குவதுபோல் நானும் மறைந்து விடுவேன். ஆனால் நம்முடைய நம்பிக்கைகள், குறிக்கோள்கள் இந்த உலகத்தைப் பிரகாசிக்கச் செய்யும். மீண்டும் பிறப்போம். எண்ணற்ற இந்நாட்டு வீரர்கள் உருவில்...'

4

கொரானாவும் உணவுப் பண்பாடும்

கொரோனா காலத்தில் தொற்று பற்றிய பயம் ஒருபுறம் இருந்தாலும், இன்னொரு புறம் நடுத்தர வர்க்கத்தினர் மகிழ்ச்சியாக இருக்கிறார்கள். எத்தனையோ காலத்துக்குப் பிறகு எல்லோரும் ஒன்றாக வீட்டிலேயே இருக்கிறார்கள். தூர தேசங்களிலிருந்தெல்லாம் 'லாக் டவுனு'க்கு முன்பே ஊர் வந்து சேர்ந்தவர்கள் அதிகம். தீபாவளி, பொங்கல், கிறிஸ்துமஸ், ரம்ஜான் போன்ற பண்டிகை நாட்களில்தான் இப்படி குழந்தை குட்டிகள் எல்லோருடனும் ஒன்றாக உட்கார்ந்து சாப்பிடுவோம். பேசிச்சிரிப்போம். பல வீடுகளில் இந்தக் கொரோனா காலம் ஒரு பண்டிகைக்கால மனோபாவத்தை உருவாக்கி, தினம் ஒரு வகைச் சமையல், தினம் ஒரு வகைப் பண்டம், புதுப்புது ரெஸிப்பிகள் என்று அமர்க்களமாகப் போய்க் கொண்டிருக்கிறது. அன்றாடங்காய்ச்சிகள்பாடுதான் திண்டாட்டமாக இருக்கிறது.

வாய்ப்புள்ளவர்கள் மகிழ்ச்சியாக இருக்கட்டும். ஆனால், உணவுப் பண்பாட்டில் கொஞ்சம் அக்கறையோடு இருப்பது கொரோனா தொற்றுக் காலத்தில் மிகவும் தேவை. விதவிதமான பஜ்ஜிகள், நெய் வழியும் இனிப்புகள், செயற்கை மணமூட்டிகள் சேர்க்கப்பட்ட காரவகைகள் என்று பயணப்படுவது நல்லதல்ல. அதற்காகக் கஞ்சியாகக் காய்ச்சிக் குடிங்க என்றும் சொல்லக்கூடாது. தமிழரின் பாரம்பரிய உணவுப் பண்பாட்டைச் சிக்கெனப் பிடித்துக்கொண்டாலே நாம் நலமாக வாழ முடியும்.

இன்றைய தேதியில் கொரானா தொற்று ஏற்பட்ட ஒருவருக்கு உடலில் இயல்பாகவே நோய் எதிர்ப்பு சக்தி இருக்குமானால் அந்தக் கிருமி அவரை ஒன்றும் செய்ய முடியாமல் 14 நாள் இருந்து பார்த்துவிட்டு மறைந்து போகிறது.அவரை கொரோனா ஒன்றுமே செய்யாது. ஆனால் இந்த 14 நாளில் நோய் எதிர்ப்பு சக்தி குறைவாக உள்ள பலருக்கும் தொற்றைக் கடத்திவிட அவரால் முடியும். ஆகவேதான் அவரை 14 நாட்கள் தனிமைப்படுத்தி வைக்கிறோம். ஒரு விஷயம் தெளிவாக இருக்கிறது. நோய் எதிர்ப்பு சக்தி நம் உடலில் இருக்க வேண்டும். அதுதான் இப்போதைக்கு வைத்தியம்.

ஆகவே, 'வைத்தியனுக்குக் கொடுப்பதை வாணியனுக்குக் கொடு' என்கிற நம் பழமொழிக்கேற்ப நல்ல காற்று, நல்ல

தண்ணீர், நல்ல உழைப்பு, நல்ல தூக்கம் இவற்றோடு நல்ல உணவு எடுத்துக்கொண்டு நோய் எதிர்ப்பு சக்தியை நாம் பெருக்கிக்கொள்ள வேண்டும். கொரோனா மட்டுமல்ல, இன்னும் பலர் பீதியைக் கிளப்புவதைப்போல, வருங்காலத்திலும் வரவிருக்கும் கிருமிகள், கொள்ளை நோய்கள் எவற்றையும் சந்திக்கும் வலுவை நாம் உணவின் மூலம் நம் உடலில் உருவாக்கி வைத்துக்கொள்ள வேண்டும்.

இன்று உணவு பற்றி நிறையக் கருத்துக்கள் பரிமாறப்படுகின்றன. வலைதளங்கள், வாட்சப்செய்திகள், யூடியூப் சேனல்கள், தொலைக்காட்சிச் சேனல்கள் என எங்கு பார்த்தாலும் சமையல் குறிப்புகள், செய்முறைகள் கொட்டிக்கிடக்கின்றன. இவை அல்லாமல் சமைக்காமல் சாப்பிடச் சொல்லும் இயற்கை வைத்திய முறைகள் இன்னொரு பக்கம். இப்படி நிறையக் கிடைக்கிறது என்பது மகிழ்ச்சிதான் என்றாலும் எல்லாவற்றையும் பார்த்துப் பார்த்து எது சரியான உணவு என்பதில் குழப்பமும் ஏற்படுகிறது.

சரி. தமிழர்களின் பாரம்பரிய உணவு முறைகள் எப்படி இருந்தன என்று ஒரு பார்வை பார்க்கலாம். அதிலிருந்து சிலவற்றைக் கற்றுக்கொள்ளலாம் என்று தோன்றுகிறது. இன்று வாழும் நம்மைவிட ஆரோக்கியமாகவும் வலுவாகவும் நம் முன்னோர்கள் இருந்தார்கள் அல்லவா? அப்போ அவர்கள் என்ன சாப்பிட்டார்கள் எப்படிச் சாப்பிட்டார்கள், என அறிந்து கொள்வது பயன் தருமல்லவா? நல்ல குண்டாக இருப்பவரைப் பார்த்து நாம் எந்தக் கடையிலேப்பா அரிசி வாங்கிறே?ன்னு கேட்கிற மாதிரின்னு வைத்துக்கொள்வோம்.

பழந்தமிழர் உணவு வகைகளைக் கூர்ந்து கவனித்தால் ஓர் உண்மை புலப்படும். தமிழர் உணவு முறைகளில் வறுத்தும், சுட்டும், அவித்தும் செய்யப்படும் உணவுப்பண்டங்களே அதிகமாக இருந்தன. பொரித்தல் நம் உணவு முறையில் இருந்ததில்லை. கி.பி.14ஆம் நூற்றாண்டில் அமைந்த விஜயநகரப் பேரரசின் காலத்தில்தான் நிலக்கடலையும் கடலை எண்ணெயும் வந்து சேர்ந்தன.

கி.பி.15ஆம் நூற்றாண்டில்தான் சிலி நாட்டிலிருந்து வந்த மிளகாய் தமிழ்நாட்டுக்குள் புகுந்தது. ஆகவே 15ஆம் நூற்றாண்டுக்குப் பிறகுதான் எண்ணெயில் இட்டுப் பொரிக்கிற பதார்த்தங்கள் நம் உணவு முறைக்குள் புகுந்தது. வடை, பஜ்ஜி, போண்டா, மிக்சர், காரச்சேவு உள்ளிட்ட கடலைமாவு, மிளகாய், கடலை எண்ணெய் சேர்ந்த கார வகைகள் ஆதித் தமிழர் உணவு வகைகள் அல்ல.

இடையில் வந்த அயிட்டங்கள் இவை. இதில் ஏதேனும் உடல்நலத்துக்கு நன்மை செய்யும் சத்துக்கள் ஏதும் உண்டா? வாழைக்காயில் சத்து உண்டு. உருளைக்கிழங்கில் சத்து உண்டு. ஆனால் கடலைமாவும் எண்ணெயும் சேரும்போது அது கேடு விளைவிக்கும் பண்டமாகி விடுகிறது அல்லவா? சங்க இலக்கியத்தில் மிளகு, நெய், புளி, கீரை, இறைச்சி, கும்மாயம் பற்றிய உணவுக் குறிப்புகள் காணக்கிடைப்பதாக தமிழ் அறிஞர் தொ.பரமசிவன் குறிப்பிடுகிறார். மிளகாய் வெளிநாட்டுச் சரக்கு. தமிழர்கள் உரைப்புச் சுவைக்கு அன்று கறுப்பு மிளகையே பயன்படுத்தினார்கள். மிளகு எத்தனை ஆரோக்கியமான மருத்துவ குணம் கொண்டது என்பதைச் சொல்ல வேண்டியதில்லை. மிளகாய்வத்தல், மிளகாய்த்தூள் பயன்பாட்டைக் குறைத்து எண்ணெயைத் தவிர்த்து அல்லது மிகக் குறைத்து மிளகைச் சேர்க்கப் பழகுவது நமது பாரம்பரிய உணவுமுறையைப் பின்பற்றுவதாகுமல்லவா? டக்டர்கள் பல பிரச்னைகளுக்கு இதைத்தானே ஆலோசனையாகச் சொல்லுகிறார்கள்.

கறுப்பு மிளகை கருங்கறி என்றும் கறி என்றும் சுட்டும் பழக்கம் இருந்துள்ளது. காய்கறி என்று இன்று நாம் பேசுவது காயும் மிளகும் சேர்த்த அன்றைய நம் முன்னோர் உணவு முறையின் மிச்சமாகும். இறைச்சி உணவுக்கு காரம் அதிகம் வேண்டும் என்பதற்காக கறியினை (மிளகு) மிகுதியாகப் பயன்படுத்தினர். காலப்போக்கில் இறைச்சிக்கே 'கறி' என்கிற பெயர் வந்து சேர்ந்துவிட்டது. இந்த மிளகைக் கொள்ளையடிப்பதற்காக கேரளப்பகுதிக்கு போர்ச்சுகீசியர்கள் படை கொண்டு வந்தனர் என்பது வரலாறு. 'உப்பைத்தொட்டு உரலை முழுங்கு' என்றொரு பழமொழி நம்மிடம் உண்டு. உப்பு இருந்தால் எதையும் சாப்பிட்டு விடலாம் என்றும் நேரடியாக இதற்குப் பொருள் கொள்ளலாம். 'உப்பில்லாப்பண்டம் குப்பையிலே' என்னும் பழமொழிக்கு எதிர்மறை இது. ஆனால் உப்பு என்ற சொல்லுக்கு என்ன பொருள்? உப்பு என்ற தமிழ்ச்சொல்லுக்கு, 'சுவை' என்பதே முதற்பொருள். இனிக்கிற உப்பை (சுவையை) இனிப்பு என்றார்கள். கசக்கிற உப்பை கசப்பு என்றார்கள். துவர்க்கிற் சுவையை துவர்ப்பு என்றார்கள். இப்படி நம்முடைய பாரம்பரிய உணவு முறையில் அறுசுவை எனப்படும் இனிப்புச் சுவை (*sweet*), புளிப்புச் சுவை (*Sour*), கார்ப்பு எனப்படும் காரச் சுவை (*Pungent*), உவர்ப்புச் சுவை (*Salt*), துவர்ப்புச் சுவை (*Astringent*), கசப்புச் சுவை (*Bitter*) என்பவையே அடிப்படையாக இருந்துள்ளன.

நம்முடைய உணவில் இந்த அறுசுவையும் சேர்ந்திருக்க வேண்டும். அதுதான் நம் பாரம்பரிய உணவுப்பழக்கத்தின் அடிப்படை. ஆனால் நாம்,நம்முடைய குழந்தைகளுக்கு இனிப்பு இனிப்பாகக் கொடுத்துப் பழக்கி வைத்திருக்கிறோம்.பெரியவர்களான நாம் அதிகம் காரச்சுவையையே நாடுகிறோம் அல்லது புளிப்பை. இந்த மூன்று சுவைகளுக்குள் நம் சாப்பாடு முடிந்து போகிறது. ஆறும் சமமாக தேவையில்லாவிட்டாலும் தேவையான அளவுக்கு உடம்பில் சேர வேண்டும்.நம்முடைய கிராமங்களில் மாதத்தில் ஒருநாளாவது குழந்தைகளுக்கு வேப்பிலைக் கொழுந்தை அரைத்துக்கொடுக்கும் பழக்கம் நீண்டகாலமாக இருந்து வந்துள்ளது.

இன்றைய நவீன கால வாழ்க்கையில் நாம் வாரத்தில் ஏழு நாட்களின் உணவுப் பட்டியலில் எப்படியேனும் ஆறு சுவையும் இருக்கும்படி பார்த்துக்கொண்டால்கூட போதுமானது.அதற்காக வெவ்வேறு சுவையிலான செயற்கையான ரசாயனக் கலவைகளை உட்கொள்ளக்கூடாது. இயற்கையான உணவுப்பொருட்களிலிருந்தே இச்சுவைகளை நாம் பெற வேண்டும். ஒவ்வொரு சுவையும் நம் உடம்பின் ஒவ்வொரு உறுப்போடு தொடர்புடையதாக நம் முன்னோர் நம்பியிருக்கிறார்கள்.ஆகவே ஒரு சுவையை நாம் தவிர்த்தால் ஓர் உறுப்பைப் பலவீனமாக்குகிறோம் என்று பொருள்.

இன்று தமிழர் உணவில் நெல்லரிசியின் பங்கு பிரதானமாக இருக்கிறது. சர்க்கரை வியாதி வரும் வரை நாம் சோற்றிலேயேதான் விழுந்து கிடக்கிறோம். சர்க்கரை வியாதி உள்ளவர்களைக் கொரோனா தாக்கினால் பாதிப்பு அதிகம் என்று படிக்கிறோம். அரிசிச்சோற்றைக் குறைக்கணும் என்று மருத்துவர் ஆலோசனை கூறுகிறார். அரிசியைக் கைக்குற்றல் அரிசியாக, தீட்டப்படாத அரிசியாக சாப்பிட்டால் இவ்வளவு சர்க்கரை சேர்வதில்லை.ஆனால் நமக்குத் திரும்பத் திரும்பத் தீட்டி வெள்ளை வெளேர் என்று பிளாஸ்டிக் மாதிரி ஆன அரிசிதான் பிடிக்கிறது.சிகப்பரிசி, மாப்பிள்ளைச் சம்பா போன்ற வெள்ளை அல்லாத வண்ணத்தில் கிடைக்கும் அரிசி வகைகளை நாம் மதிப்பதில்லை.

இவற்றுக்கு மேலாக சிறுதானியங்கள் எனப்படும் தினை, வரகு, சாமை, குதிரைவாலி, கேழ்வரகு, கம்பு, சோளம் போன்றவற்றை மருத்துவர் சொன்னால்தான் எங்கே கிடைக்கும் என்று தேடப்போகிறோம்.

“கருங்கால் வரகே இருங்கதிர்த் தினையே

சிறுகொடிக் கொள்ளே பொற்கிளர் அவரையோடு

இன்னான்கல்லது உணாவும் இல்லை”

என்கிற புறநானூற்றுப்பாடல் நமக்குச் சொல்லும் சேதி என்ன? வரகு, தினை, கொள், அவரை போன்றவை சங்க காலத்தில் (கி.மு. 3ஆம் நூற்றாண்டுக்கும் கி.பி இரண்டாம் நூற்றாண்டுக்கும் இடைப்பட்ட 500 ஆண்டு காலம்) தமிழர்களின் முக்கிய உணவாக இருந்துள்ளது. இன்றைக்கும் வயல், வெளிகளில், பனை மரங்களில் உப்பளங்களில் கல் உடைக்கும் களங்களில் எனக் கடும் உழைப்பைச் செலுத்தும் உழைப்பாளிகள் கம்பங்கூழைக் கரைத்துக் குடித்துவிட்டுத் தெம்பாக வேலை செய்வதைப் பார்க்கிறோம். நாகரிக உணவு என நம்பி நாம் இன்று உட்கொள்ளும் உணவுவகைகள் உடல்நலத்தைப் பெருக்க உதவாதவை.

நமது பாரம்பரிய உணவின் இன்னொரு முக்கியமான பகுதி பயறு வகைகள். மொச்சை, தட்டாம்பயறு, பாசிப்பயறு, கொண்டைக்கடலை,ரஜ்மா போன்ற பயறுகள் மிகுந்த ருசியும் சத்தும் கொண்டவை. நாம் பஸ், ரயில்களில் பயணிக்கும்போது இப்பயறு வகைகளை அவித்துத் தாளித்து ஒரு எவர்சில்வர் தூக்குவாளியில் வைத்து விற்று வருவதைப் பார்க்கிறோம். இன்னுமிது அழியாது இருப்பதைப் பார்க்க மனம் மகிழ்கிறது. ஒரு செய்தித்தாளில், கிழித்த துண்டுப்பேப்பரில் பொட்டலம் கட்டிக் கொடுப்பார்கள் பத்து ரூபாய்க்கு. அவ்வளவு சுத்தமாக இல்லையே என்று நாம் ஓடிப்போய் பிளாட்பாரக் கடையில் சிப்ஸ் பாக்கெட் அல்லது பிஸ்கட் வாங்கி வருவோம். பிளாஸ்டிக் பைகளில் அடைத்தால் சுத்தமா? கொஞ்சம் அழுக்கு இருந்தாலும் பிஸ்கட், சிப்ஸ் பாக்கெட்டுகளைவிட அவிச்ச மொச்சைப்பயறு ஆயிரம் மடங்கு நல்லது.

தமிழர் உணவில் இன்று இரண்டறக் கலந்து நிற்பது மைதா மாவில் செய்யப்படும் பரோட்டா. பரோட்டாவுடன் கோழிக்கறி,ஆட்டுக்கறி, மாட்டுக்கறி சேர்த்து உண்பது தமிழர் உணவின் முக்கியமான அம்சமாக உள்ளது. பொதுவாக கோதுமை மாவு மஞ்சள் நிறத்தில் இருக்கும். இதனுடன் 'Benzoyl peroxide' என்னும் ரசாயனம் கொண்டு வெண்மையாக்குகிறார்கள், அதுதான் மைதாமாவாகும். *Benzoyl peroxide* ரசாயனம் என்பது நாம் தலை முடியில் அடிக்கும் டையில் உள்ள ரசாயனம் ஆகும். இந்த ராசாயனம் மாவில் உள்ள புரோட்டின் உடன் சேர்ந்து நீரழிவு நோய் ஏற்படுவதற்கு காரணமாக அமைகிறது.

இப்படி மைதா மாவு தயாரிப்பில் ரசாயனச் சேர்க்கை இருப்பதால் அதில் தயாரிக்கப்படும் பரோட்டா மற்றும் பேக்கரி

பதார்த்தங்கள் ஆபத்தானவை என்கிற கருத்து இப்போது பரவலாகி வருகிறது. ஆனாலும் பரோட்டாவை நம்மவர்களால் விட முடியவில்லை. நம் பாரம்பரியமான உணவு வகைகளை மட்டும்தான் சாப்பிட வேண்டும் என்று சொன்னால் இன்று யாரும் கேட்கப்போவதில்லை. ஆகவே முடிந்தவரை பாரம்பரிய உணவைச் சேர்ப்பதும் ஆபத்தான உணவு வகைகளை தவிர்ப்பதும் என்கிற இரு முயற்சிகளைச் செய்யலாம்.

"சைவ உணவோ அசைவ உணவோ எதுவானாலும் அவரவர் விருப்பத்துக்கும் பழக்கத்துக்கும் ஏற்ப உட்கொள்ளலாம். மனித குல வரலாற்றில், புதிய கற்காலத்தில் உலகின் பிற பகுதிகளில் ஆறேழு வகையான தானியங்களும் காய்கனிகளும் விளைந்த நேரத்தில் இந்திய நிலப்பரப்பில் 100க்கு மேற்பட்ட தானியங்களும் பழவகைகளும் காய்களும் விளைந்தன என்கிறார் புகழ்பெற்ற வரலாற்றாய்வாளர் டி.டி.கோசாம்பி (பண்டைய இந்திய வரலாறு). ஆகவே இந்திய நிலப்பரப்பில் மாமிசம் உண்ணாமலே இந்த மரக்கறி உணவை மட்டுமே சாப்பிட்டு வாழ முடியும் என்கிற வாய்ப்புக் கிடைத்ததால் உலகில் வேறெங்கும் இல்லாத 'சைவச்சாப்பாடு' பழக்கம் இங்கு உருவானது.

நாம் வாழும் சூழலில் என்ன விளைகிறதோ அதுவே நம் உணவு முறையைத் தீர்மானிக்க வேண்டும். ஆனால் எல்லாமே வியாபாரமாகி விட்ட இன்றைய உலகமயப் பொருளாதார காலத்தில் அந்தந்தப் பருவத்தில் இயற்கை என்ன தருகிறதோ அதைச் சாப்பிடுவது என்கிற பாரம்பரிய உணவு முறை குழப்பி விடப்பட்டுள்ளது. எங்கோ விளைகிற பழங்கள் பருவம் தப்பி ஸ்டிக்கர் ஒட்டி எப்போதும் நமக்கு விற்பனை ஆகிக்கொண்டிருக்கிறது. இதெல்லாம் ஆபத்து.

பருவகாலங்கள் ஆறு. உண்ணும் உணவின் சுவை ஆறு. இந்த இயற்கையின் பாதையில் செல்வோம். இந்த மண்ணில் இப்போது விளைவதை விரும்பி உண்போம். தொற்று நோய்களைத் தன்னம்பிக்கையுடன் எதிர்கொள்வோம்.

5

உலக சுகாதார நிறுவனம்

கடந்த வாரம் அமெரிக்க அதிபர் டொனோல்டு டிரம்ப் அவர்கள் செய்துள்ள ஓர் அறிவிப்பு இன்று உலக அளவில் பெரும் சர்ச்சைக்கு உள்ளாகியுள்ளது. "அமெரிக்க நாடு உலக சுகாதார நிறுவனத்துடனான தன் உறவை முறித்துக்கொள்கிறது. அந்நிறுவனத்துக்கு அமெரிக்கா வழங்கி வந்த நிதி நல்கையை உடனடியாக நிறுத்துகிறது" என்கிற அறிவிப்புதான் அது. கொரோனா வைரஸ் பரவல் குறித்து உரிய நேரத்தில் தகவல் தரத் தவறியதற்காகவும் சீனாவுக்கு ஆதரவாக அது செயல்படுவதாகவும் குற்றம் சாட்டி டிரம்ப் இந்த முடிவை எடுத்துள்ளார். உலக நாடுகள் எல்லாம் கொரோனா வைரசுக்கு எதிராக உலக சுகாதார நிறுவனத்தின் வழிகாட்டுதலுடன் போராடிக்கொண்டிருக்கும் இந்த நெருக்கடியான நேரத்தில் இப்படி ஒரு முடிவை டிரம்ப் எடுத்திருப்பது குறிப்பாக ஏழை நாடுகளைத்தான் உடனடியாகப் பாதிக்கும். ஏற்கெனவே கொரோனாவுக்கு எதிராகப் போராட இன்னும் நிதி நல்கைகள் தேவை என உலக சுகாதார நிறுவனம் கைநீட்டியிருக்கும் நேரத்தில் 3000 கோடி ரூபாய் அளவுக்கு உதவி செய்துவரும் அமெரிக்க நிதிக்கொடை நிறுத்தப்படுவது பெரிய நெருக்கடியை உருவாக்கும் என்று உலக சுகாதார அறிஞர்கள் மற்றும் பல நாடுகள் கருத்துத் தெரிவித்துள்ளன.

ஜூன் முதல் தேதியன்று உலக சுகாதார நிறுவனத்தின் மேலாண்மை இயக்குநரான திரு. டாக்டர் டெட்ரோஸ் அதனொம் கெப்ரெயெசஸ். அவருடைய தினசரி செய்திப் பகிர்வின்போது இவ்வாறு எதிர்வினை ஆற்றினார்: "அமெரிக்காவின் ஜனாதிபதியின் வெள்ளிக்கிழமை அறிவிப்பு குறித்து எங்களுக்கு கேள்விகள் வந்துகொண்டே இருக்கின்றன. நீண்ட காலமாக அமெரிக்க அரசாங்கமும் அமெரிக்க மக்களும் உலக சுகாதார நிறுவனத்துடன் இணைந்து செயல்படுத்திய பல வலுமிக்க கூட்டு முயற்சிகளால் இந்த உலக மக்கள் பயனடைந்துள்ளனர். உலகின் பல நாடுகளின் பொது சுகாதார பாதுகாப்புக்கு அது மிகவும் உதவியுள்ளது.அந்த ஒத்துழைப்பும் உதவியும் தொடர வேண்டும் என மனப்பூர்வமாக விரும்புகிறோம்" அமெரிக்காவின் குற்றச்சாட்டு சரியா தவறா என்று விவாதிப்பதற்கு முன்பாக, இதைச் சாக்கிட்டு, நாம் உலக

சுகாதார நிறுவனத்தைப் பற்றி கொஞ்சம் தெரிந்து கொள்வது நல்லது.

ஐக்கிய நாடுகள் சபையின் ஒரு பகுதியாக உலக சுகாதாரம் மற்றும் சுகாதாரக் கொள்கைகளை வகுப்பதில் வழிகாட்டவும் தலைமை ஏற்கவும் 1948ஆம் ஆண்டு உருவாக்கப்பட்டது இந்த உலக சுகாதார நிறுவனம். யுனெஸ்கோ நிறுவனம் 1946இல் ஒரு சிறப்பு மாநாட்டை இதற்காகக் கூட்டி 22 ஜூலை 1946 அன்று உலக சுகாதார நிறுவனத்துக்கான அமைப்புச் சட்ட விதிகளை உருவாக்கியது. ஏப்ரல் 7, 1948 முதல் இந்நிறுவனம் செயல்படத் துவங்கியது. அதன் தலைமை அலுவலகம் ஸ்விட்சர்லாந்து நாட்டில் ஜெனிவா நகரத்தில் அமைந்துள்ளது. அதன் மேலாண்மை இயக்குநராக எத்தியோப்பியா நாட்டின் முன்னாள் சுகாதார அமைச்சரும் ஒரு மைக்ரோ பயோலாஜிஸ்ட்டுமான திரு. டாக்டர் டெட்ரோஸ் அதனொம் கெப்ரெயெசஸ், 2017 ஆம் ஆண்டு முதல் பொறுப்பிலிருக்கிறார். ஐந்தாண்டுக்காலம் அவர் பதவியில் இருப்பார். 7,000 ஊழியர்களைக் கொண்டுள்ள இந்நிறுவனம் உலகம் முழுவதிலுமாக 6 மண்டல அலுவலகங்களையும் 150 கள அலுவலகங்களையும் கொண்டுள்ளது. இந்தியாவுக்கான உலகசுகாதார நிறுவனத்தின் தலைமையகம் டெல்லியில் இயங்குகிறது. டாக்டர் ஹென்க் பெக்டெம் இப்போதைய பொறுப்பில் இருக்கிறார்.

உலக மக்கள் அனைவருக்கும் உச்சபட்சமான சுகாதார வாழ்வை உறுதிப்படுத்த உழைப்பதே இந்நிறுவனத்தின் தலையாய நோக்கம்.

- இது ஐ.நா.சபையின் பல சிறப்பு நிறுவனங்கள், நாடுகளின் அரசாங்க சுகாதார நிர்வாகம், சுகாதாரத்துடன் தொடர்புடைய பிற குழுக்களுடன் ஒத்துழைப்பை உருவாக்கிப் பராமரிக்கிறது.
- அரசாங்கங்களின் பொது சுகாதார சேவைகளை வலுப்படுத்த உதவுகிறது.
- அரசுகளை தூண்டுதல் செய்து நோய்களை ஒழிப்பதற்கான வேலையில் ஈடுபடுத்துவது மற்றும் வழிகாட்டுவது.
- மிக முக்கியமாக பேறுகாலம் மற்றும் குழந்தை ஆரோக்கியத்தை மேம்படுத்துதல்.
- ஆரோக்கியம், மருத்துவ ஆராய்ச்சி மற்றும் விபத்துகளைத் தடுப்பதை உறுதி செய்தல்.

- படிப்பதற்கான பயிற்சி மற்றும் கற்பித்தல் தரத்தை மேம்படுத்துதல்.

- ஊட்டச்சத்து, சுகாதாரம், பணி நிலைமைகள் மற்றும் சுற்றுச்சூழல் உள்ளிட்ட ஆரோக்கியத்தின் பிற அம்சங்களை மேம்படுத்துதல்.

- சிறப்பு மாநாடுகள், ஒப்பந்தங்கள் மற்றும் ஒழுங்குமுறைகளை முன்மொழியவும் சர்வதேச சுகாதார விஷயங்களைப் பற்றிப் பரிந்துரைகளை வழங்கவும் அதிகாரம் பெற்ற அமைப்பு.

- குறிப்பிட்ட நோய்களுக்குப் பெயரிடுதல். மக்கள், இறப்புக்கான காரணத்தைக் கண்டறிந்து அறிவித்தல், மற்றும் பொது சுகாதார சேவைகளின் சர்வதேச பெயரிடலை திருத்துவதற்கு அதிகாரம்.

- உணவு, உயிரியல், மருந்து மற்றும் ஒத்த பொருட்கள் தொடர்பான சர்வதேச தர நிர்ணயத்தை WHO உருவாக்கலாம், நிறுவலாம் மற்றும் ஊக்குவிக்க முடியும்.

உலகின் பல நாடுகளில் மக்களின் உயிருக்கே அச்சுறுத்தலாக விளங்கிய பெரிய அம்மையை 1977-1979இல் முற்றாக ஒழித்து முடிவுரை எழுதியது உலக சுகாதார நிறுவனத்தின் மிகப்பெரும் சாதனையாகும். 1958இல் பெரியம்மைக்கு எதிரான மாபெரும் யுத்தத்தை உலக சுகாதார நிறுவனம் துவக்கியது. ஆண்டுக்கு 20 லட்சம் மக்கள் அதனால் செத்துக்கொண்டிருந்தார்கள். 20 ஆண்டுகள் நடத்திய போர் 1979இல் வெற்றியடைந்தது.

இந்தியாவிலும் (தமிழகத்திலும்) அப்பணி உலக சுகாதார நிறுவனத்தின் உதவியோடுதான் நடந்தது. மலேரியாவுக்கு எதிரான போரை உலக சுகாதார நிறுவனம் 1955இல் துவங்கியது. இன்னும் அந்தப் போர் தொடர்கிறது. பல நாடுகளில் மலேரியா கட்டுக்குள் கொண்டுவரப்பட்டுள்ளது. இன்னும் பல ஆப்பிரிக்க நாடுகளில் மக்களின் உயிரைக் கொள்ளை கொண்டு வருகிறது. மலேரியா ஒழிப்பில் அளப்பரிய பணியை உலக சுகாதார நிறுவனம் செய்து வருகிறது.

போலியோவை முற்றாக ஒழிக்கும் போராட்டத்தில் இந்தியா உட்படப் பல நாடுகளுக்கும் தடுப்பு மருந்தினை உலக சுகாதார நிறுவனம் இன்றும் வழங்கி வருகிறது. எய்ட்ஸ் நோயைக்கட்டுப்படுத்தவும் அதுபற்றிய விழிப்புணர்வை

ஏற்படுத்தவும் உறுப்புநாடுகளின் சுகாதாரத்துறைகளோடு இணைந்து இடையறாது செயலாற்றி வருகிறது. சார்ஸ், எபோலா போன்ற வைரஸ் தொற்றுகளுக்கு எதிராகவும் எனத் தொடர்ந்து இயங்கி வரும் அமைப்பு அது. பின்தங்கிய நாடுகளுக்கு மருந்துகளையும் மருத்துவ உபகரணங்களையும் உலக சுகாதார நிறுவனம் நேரடியாக வழங்கி வருகிறது. இன்று கொரானத் தொற்றுக்காலத்தில் வறுமையின் பிடியில் உள்ள பல நாடுகளுக்கு சுவாசப்பிரச்னைகளைக் கையாளும் வெண்டிலேட்டர்களை உலக சுகாதார நிறுவனம் வழங்கி வருகிறது. எயிட்ஸ், கொரோனா உள்ளிட்ட நோய்களுக்கான தடுப்பு மருந்துகளைக் கண்டுபிடிக்கும் ஆராய்ச்சிகளுக்கும் அது செலவு செய்து வருகிறது.

கொரோனாவைச் சமாளிக்க இன்னும் ஒரு லட்சம் பில்லியன் டாலர் நிதி தேவைப்படும் என உலக நாடுகளிடம் அந்நிறுவனம் கோரிக்கை வைத்திருக்கும் இந்த நேரத்தில் அமெரிக்க அதிபரின் இந்த முடிவு உலகெங்கும் அதிர்ச்சி அலைகளை ஏற்படுத்தியுள்ளது.

சீனாவுக்கு ஆதரவாக அது இயங்குகிறதா என்பதையும் கொரோனா வைரஸ் பற்றிய தகவல்களை அது ஆரம்பத்தில் தாமதமாக வழங்கியதா என்பதையும் பின்னர் விசாரணை செய்து உரிய நடவடிக்கை எடுக்கலாம். இப்போதைக்கு ஒட்டு மொத்த உலகமும் ஒன்றாகச் சேர்ந்து நின்று கொரானா எதிர்ப்புப் போரை நடத்த வேண்டும். அதுதான் இந்த நிமிடத்தின் தேவை.ட்ரம்ப் எடுத்த முடிவு தவறானது என்று அமெரிக்காவைச் சேர்ந்த மருத்துவ வல்லுநர்களே 'வாஷிங்டன் போஸ்ட்', நியூயார்க் டைம்ஸ் இதழ்களில் கட்டுரைகள் எழுதி வருகிறார்கள்.

ட்ரம்பின் இம்முடிவுக்குப் பின்னால் அரசியல் இருப்பதாக பல அரசியல் நோக்கர்கள் எழுதுகிறார்கள். இந்த ஆண்டு அதிபர் பதவிக்காலம் முடிந்து புதிய தேர்தலை ட்ரம்ப் சந்திக்க இருக்கிறார். பல முனைகளில் அவரது ஆட்சியும் நிர்வாகமும் தோல்வி அடைந்துள்ளது. குடியரசுக் கட்சியின் வேட்பாளராக அவர் போட்டியிட இருக்கும் சூழலில் அதிரடியாகச் சில நடவடிக்கைகளை எடுத்து இவர்தான் தலைமையேற்கத் தகுதியானவர் என்கிற பிம்பத்தை வாக்காளர்கள் மனங்களில் ஏற்படுத்த வேண்டிய கட்டாயம் அவருக்கு உள்ளது என்கிறார்கள்.

ஜனவரி 30ஆம் தேதி உலக சுகாதார நிறுவனம் கொரோனா வைரஸ் தொற்றை ஒரு சர்வதேச அவசரநிலையைக் கோரும்

தொற்றாக அறிவித்தது.அதற்கு கோவிட்-19 என்கிற பெயரையும் அது சூட்டியது. சீனாவின் வூகான் மாகாணத்தில் துவங்கிய பரவல் எப்படி எதிர்கொள்ளப்பட வேண்டும் என்கிற ஆய்வுகளை சீனாவின் அனுபவத்தோடு இணைந்து நடத்தி, மனிதர்கள் மூலம் மட்டுமே பரவும், தனிமைப்படுத்துதல்- சமூக இடைவெளி, ஊரடங்கு போன்ற நடைமுறைகள் தேவை என அது அறிவித்தது. பல ஐரோப்பிய நாடுகளும் அமெரிக்காவும் இந்த அறிவிப்புகளைச் சட்டை செய்யவில்லை.

உடனடடியாக ஊரடங்கு உள்ளிட்ட நடவடிக்கைகளில் இறங்கிய சில நாடுகள் கோவிட்-19 இன் கடுமையான விளைவுகளிலிருந்து தப்பித்தன. இந்தியா கூட மார்ச் இறுதியில்தான் உலக சுகாதார நிறுவனத்தின் குரலைச் செவிமடுத்து ஊரடங்கு உள்ளிட்ட நடவடிக்கைகளில் ஈடுபட்டது.இத்தாலியில் அரசும் மக்களும் அசட்டையாக இருந்ததன் விளைவாக மிகக் கொடுமையான மரணங்களைச் சந்தித்தார்கள். அப்போதும் அமெரிக்கா எவ்வித முன்னேற்பாடும் செய்துகொள்ளவில்லை. உலக சுகாதார நிறுவனம் மீண்டும் மீண்டும் எச்சரிக்கை செய்தது.

முகத்துக்கு மாஸ்க் அணிவதைக்கூட ட்ரம்ப் கேலி செய்தார். தேசிய அளவில் ஊரடங்கை அறிவிக்க ட்ரம்ப் மறுத்தார்.மார்ச் 10 ஆம் தேதி கோவிட்-19 ஒரு “உலகளாவிய தொற்றுப் பரவலாக” உலக சுகாதார நிறுவனத்தால் பிரகடனம் செய்யப்பட்டது. அப்போதும் ட்ரம்ப் துரித நடவடிக்கைகளை எடுக்கவில்லை. அமெரிக்காவில் மக்கள் கொத்துக் கொத்தாக செத்து விழ ஆரம்பித்த பிறகுதான் சோதனைகள் முடுக்கிவிடப்பட்டன. இரண்டு வாரங்களுக்கு முன்னால் இந்த நடவடிக்கைகள் துவக்கப்பட்டிருந்தால் சுமார் 56000 பேர் சாவதைத் தடுத்திருக்க முடியும் என்று இந்த வாரம் அமெரிக்கப் பத்திரிகை ஒன்று எடுத்த கணக்கெடுப்பு கூறுகிறது.கொலம்பியா பல்கலைக்கழகத்தின் ஆய்வோ ட்ரம்ப் இரண்டு வாரங்களுக்கு முன்பாக செயல்பட்டிருந்தால் 83 சதவீத மரணங்களைத் தடுத்திருக்க முடியும் என்கிறது. இந்த ஆய்வுகளையெல்லாம் அரசியல் உள்நோக்கம் கொண்டவை என்று நிராகரித்துவிட்டார்.

சுமார் ஒரு லட்சத்து ஏழாயிரம் அமெரிக்கர்கள் இதுவரை (ஜூன் 2 வரை) மரணமடைந்துள்ளனர். பல லட்சம் பேர் வேலை இல்லாக்கால நிவராணம் கேட்டுப் பதிவு செய்துள்ளனர்.

இவை ஒருபுறம் இருக்க ,ட்ரம்ப்பின் அரசியல் உத்திகளில் ஒன்றாக வெள்ளை இனவெறியைப் பயன்படுத்துவதும் அமைந்துள்ளது. சமீபத்தில் வெள்ளை காவல் அதிகாரி ஒருவரால் ஜார்ஜ் ஃப்ளாய்ட் என்னும் 46 வயதுக் கறுப்பின மனிதர் ஒருவர் கழுத்தை நெரித்துக் கொல்லப்பட்ட சம்பவம் அமெரிக்க மக்களின் மனசாட்சியை உலுக்கியுள்ளது. அமெரிக்க நாடு முழுவதும் இன்று போராட்டங்கள் காட்டுத்தீ எனப் பரவி வருகின்றன.வெள்ளை மாளிகைக்கு முன்னாலேயே போராட மக்கள் திரள்வதும் அமெரிக்க அதிபரே வெள்ளை மாளிகையின் பதுங்கு குழிக்குள் மறைந்திருக்க நேர்ந்ததும் நடந்திருக்கிறது.

இந்தப் பின்னணியில், அமெரிக்காவின் கொரோனா சாவுகளுக்குத் தான் பொறுப்பேற்காமல், சீனாவையும் உலகசுகாதார நிறுவனத்தையும் குற்றம் சாட்டிப் பழியை அவர்கள் மீது போட்டு தப்பிக்கும் உத்தியாகவே ட்ரம்ப்பின் இந்த அறிவிப்பைப் பார்க்க வேண்டும் என அமெரிக்கப் பத்திரிகைகளே தலையங்கம் எழுதின.

அமெரிக்காவுக்குச் சவால் விடும் பொருளாதாரமாக இன்று சீனா வளர்ந்து நிற்பது உண்மை. அவ்விரு நாடுகளுக்கும் வர்த்தகத்தில் போட்டியும் போராட்டமும் இருப்பதும் உலகறிந்த உண்மை.

சுகாதாரத்தை அந்தந்த நாடு பார்த்துக்கொள்ளட்டும் என இருந்த காலம் எப்போதோ முடிந்து விட்டது.ஒருங்கிணைந்த அறிவும் விஞ்ஞானமும் நமக்கு வேண்டியிருக்கிறது.

இதெல்லாம் ராஜாங்க விஷயமப்பா நமக்கெதுக்கு என்று பொதுமக்களாகிய நாமும் ஒதுங்கி இருக்க முடியாது. எல்லாமே ஒன்றோடு ஒன்று பின்னிப் பிணைந்திருக்கின்றன. நம் குழந்தைகளின் எதிர்காலம் கேள்விக்குறியாகி விடாமல் பாதுகாப்பது நம் கடமை. அதற்காகவேனும் உலக சுகாதார நிறுவனத்தைப் பாதுகாப்பது உடனடி அவசியமும் நம் கடமையும் ஆகிறது.

6
நமக்குள் வாழும் வைரஸ் ஒன்றா இரண்டா?

கோவிட்-19 அதிவேகமாகத் தமிழ்நாட்டின் மூலை முடுக்கெல்லாம் தொற்றிப்பரவி முடிந்த இந்த நேரத்தில், அதைப்பற்றியே பேசி பீதியை உண்டாக்காமல் நாம் வேறு சில கிருமிகளைப் பற்றிப் பேசலாம்-

அதாவது நம் மனதுக்குள் வாழும் சில வேண்டாத கிருமிகளைப்பற்றி. பிறந்தோம், வளர்ந்தோம், படித்தோம், கொஞ்சம் கஷ்டப்பட்டாலும் ஒரு வேலை கிடைத்தது. கல்யாணம் செய்துகொண்டோம். குழந்தைகளைப் பெற்றோம். அவர்களை வளர்த்தோம். படிக்க வைத்தோம்...என்று இப்படி உத்தரவாதமாக வாழ்க்கை போய்க்கொண்டிருக்கும்போது நம்முடைய மனநிலை ஒப்பீட்டளவில் சம்நிலையோடு இருக்கும். இந்தக் கொரோனா பரவல் காலத்தில் அந்த உத்தரவாதமான வாழ்வே கேள்விக்குள்ளாயிருந்த பின்னணியில் நம் ஒவ்வொருவரின் மனநிலையும் ஒவ்வொரு விதமாகப் பாதிப்புக்கு உள்ளாகியிருந்தது. சும்மா தெருவில் நடந்து போய்க்கொண்டிருக்கிறோம். ஒரு பாட்டைப் பாடியபடி அல்லது ஜாலியாக விசிலடித்தபடி திடீரென்று எதிரே ஒருவர் அரிவாளைத் தூக்கிக்கொண்டு நம்மை வெட்ட வந்தால், நம் பாட்டும் விசிலும் நின்று போகும். உயிர் தப்புவது எப்படி என்கிற ஒரே ஒரு சிந்தனை மட்டுமே நம்மைப் பீதியுடன் ஆக்கிரமிக்கும். அப்படி ஒரு துப்பாக்கி முனையில் நாம் நின்று கொண்டிருந்தோம். யாருக்கு வேண்டுமானாலும் தொற்று ஏற்படலாம். யாருக்கு வேண்டுமானாலும் மரணம் சம்பவிக்கலாம். சாதி, மத, ஏழை-பணக்கார வேறுபாடு கொரோனாவுக்கு இல்லை என்கிற நிலை இருந்தது.

ஆனால், இப்படிப்பட்ட ஒரு சூழ்நிலையிலும்கூட, ஊரடங்கு அமலில் இருந்த காலத்திலும் கூட தமிழகத்தில் நான்கு ஆணவக்கொலைகள் அடுத்தடுத்து நிகழ்ந்துள்ளன. வேறு வேறு சாதிகளைச் சேர்ந்த ஆணும் பெண்ணும் காதலிக்கிறார்கள். வீட்டில் எதிர்ப்புத் தெரிவிக்கிறார்கள். அப்போ என்ன செய்வது என்று நம்முடைய எண்ணற்ற திரைப்படங்களும், இலக்கியங்களும் சொல்லிக்கொடுத்துள்ளபடி, வீட்டைவிட்டு வெளியேறி நண்பர்கள் உதவியுடன் திருமணம் செய்துகொள்வார்கள்.

பெற்றோரும் உடன் பிறந்தவர்களும் என்ன செய்கிறார்கள்? சரி. இத்தோட உனக்கும் எனக்கும் எந்த சம்பந்தமும் இல்லை. எனக்கு ஒரு பிள்ளை செத்துப்போச்சுன்னு சொல்லி எள்ளும் தண்ணியும் இறைச்சுவிட்டுட்டுச் சும்மா இருப்பதில்லை. ஓடிப்போனவர்களைத் தேடிச்சென்று கொலை செய்து தங்கள் சாதிப் பெருமையை நிலைநாட்டுகிறார்கள். இந்தப் பத்திரிகைச் செய்திகளைப் பார்ப்போம்.

(1) கோவை மாவட்டம், மேட்டுப்பாளையம் ஸ்ரீரங்கராயன் ஓடை பகுதியைச் சேர்ந்தவர் கருப்பசாமி. இவரது மகன் கனகராஜ், கூலித் தொழிலாளி. இவரும் அதே பகுதியைச் சேர்ந்த பட்டியலினப் பெண்ணான வர்ஷினி பிரியா என்பவரும் ஓராண்டாகக் காதலித்து வந்துள்ளனர். இவர்களது காதலுக்கு வீட்டில் எதிர்ப்புத் தெரிவிக்கப்பட்டதைத் தொடர்ந்து இருவரும் காதல் திருமணம் செய்துகொண்டனர். இந்த நிலையில் கனகராஜின் அண்ணன் வினோத், காதல் திருமணம் செய்து கொண்ட இருவரையும் ஜூன் 25ஆம் தேதி வீடு தேடிச் சென்று வெட்டியுள்ளார். இதனால் இருவரும் உயிரிழந்தனர்.

(2) திருச்சி பசுமடம் பகுதியைச் சேர்ந்த சத்தியநாராயணன், நிவேதிதா இருவரும் காதலித்து வந்துள்ளனர். இவர்களது காதலுக்கு எதிர்ப்புத் தெரிவித்த நிவேதிதா அண்ணன் ஹென்றி என்கிற வினோத் கடந்த ஜூலை 1ஆம் தேதி, சத்தியநாராயணன் வேலை முடித்து வந்தபோது, பசுமடம் அருகே வழிமறித்து பீர் பாட்டிலால் குத்தி கொலை செய்துள்ளார். இதுகுறித்து பாலக்கரை போலீசார் விசாரித்து வருகின்றனர்.

(3) தூத்துக்குடி குளத்தூர் பகுதியைச் சேர்ந்த சோலைராஜ், ஜோதி இருவரும் நான்கு மாதங்களுக்கு முன்பு வீட்டை எதிர்த்து காதல் திருமணம் செய்துகொண்டுள்ளனர். இந்த நிலையில் இருவரும் வெட்டி படுகொலை செய்யப்பட்டுள்ளனர், இவ்விவகாரம் தொடர்பாக ஜோதியின் தந்தையை கைது செய்து போலீசார் விசாரித்து வருகின்றனர்.

(4) புதுக்கோட்டை மாவட்டம் திருவரங்குளம் அருகே தோப்புக்கொல்லை கிராமத்தைச் சேர்ந்தவர் ராஜேந்திரன் மகன் விவேக். பெயிண்டராக வேலை செய்து வருகிறார். அருகே உள்ள இடையன்வயலைச் சேர்ந்த நாகேஷ்வரன் மகள் சாவித்திரி. இருவரும் கடந்த சில வருடங்களாக காதலித்து வந்துள்ளனர். இருவரும் வெவ்வேறு சமூகத்தைச் சேர்ந்தவர்கள். இவர்களின்

காதல் விவகாரம் சாவித்திரியின் உறவினர்களுக்குத் தெரிந்தபோது எதிர்ப்புத் தெரிவித்துள்ளனர். மேலும், சாவித்திரியை வேறு ஒரு மாப்பிளைக்கு திருமணம் செய்துவைப்பதற்கான ஏற்பாடுகளும் நடந்துள்ளன. அதனால் சாவித்திரி – விவேக் இருவரும் கடந்த வாரம் நண்பர்கள் உதவியுடன் ஒரு காரில் கோயம்புத்தூர் சென்றுள்ளனர்.

குளித்தலை என்ற இடத்தில் கொரோனா சோதனைத் தடுப்பருகே காரை மறித்து போலீசார் சோதனை செய்து விசாரணை செய்து அப்பெண்ணை அவள் பெற்றோரிடமே ஒப்படைத்துள்ளனர். பெற்றோருடன் தன்னை அனுப்ப வேண்டாம் என்றும் மீறி அனுப்பினால் தன்னை கொலை செய்துவிடுவார்கள் எனவும், ஏற்கெனவே தன்னைக் கொலை செய்யும் நோக்கில் தாக்கியுள்ளதையும் விளக்கி தன்னை காப்பகத்திற்கு அனுப்புங்கள் எனவும் போலீசாரிடம் சாவித்திரி கூறியுள்ளார். ஆனால், போலீசார் "காவல்துறை சார்பில் போதிய பாதுகாப்பு வழங்கப்படும். நான்கு மாதங்கள் கழித்து திருமண வயது பூர்த்தியானதும் விவேக்குடன் திருமணம் செய்து வைக்கப்படும்"; எனத் தெரிவித்து அனுப்பியுள்ளனர். ஆனால், சாவித்திரி கொலை செய்யப்பட்டுவிட்டாள். விசாரணை நடக்கிறது. நம் மனங்களில் கோட்டை கட்டிக் குடியிருக்கும் சாதி என்னும் வைரஸ்சை விரட்டி அடிக்க எந்தச் சோப்பைப் போட்டுக் கையை அல்லது மனதைக் கழுவுவது என்கிற கேள்வி எழுகிறது. ஒட்டுமொத்த மனித குலமே ஒன்றுபட்டு நின்று கொரோனாவை எதிர்கொள்வது எப்படி என்று போராடிக்கொண்டிருக்கும்போது கூட நமக்கு "முதல்ல சாதியைக் காப்பாத்திட்டு அப்பறமா வந்து உசுரைக் காப்பாத்திக்கலாம்" என்கிற மனநிலை எப்படித் தொடர்கிறது?

நம்ம பிள்ளையை ஒழுங்கா வச்சுக் காப்பாத்த அவனுக்குத் துப்பு இருக்கா என்று பார்க்கலாம். கெட்ட பழக்கம் இல்லாத நல்ல பையனாக இருக்கானா என்று பார்க்கலாம். படிச்சிருக்கானா, பண்போட இருக்கானா என்று பார்க்கலாம். அதில் தப்பில்லை. ஆனால் சாதியை மட்டும் பார்த்துப் படுகொலை செய்வது உலகத்தில் எங்குமே இல்லாத வைரஸ். 60 லட்சம் ஆண்டுகளுக்கு முன்னால் ஒரே மனிதக்குரங்குப் பாட்டி பெற்றுப்போட்ட இரண்டு பெண் குட்டிகளில் ஒன்று, சிம்பான்ஸியின் மூதாதை. இன்னொன்று ஹோமோ சேப்பியன்ஸ் எனப்படும் நம் மனித இனத்தின் மூதாதை. சிம்பான்ஸிக் குரங்கும் நாமும் ஒருதாய் வயித்துப்

பிள்ளைகள். அது குரங்காகவே நின்றுவிட நாம் பரிணாம வளர்ச்சியில் இன்றைய அறிவுடை மனிதராக வளர்ந்து நிற்கிறோம். இந்தச் சாதி, மதமெல்லாம் இடையில் நாமாக உருவாக்கிக் கொண்டவை என்று விஞ்ஞானம் நமக்குப் போதிக்கிறது. இப்பிரபஞ்சத்தின் தோற்றம், வளர்ச்சி, மாற்றம் குறித்தெல்லாம் இயற்பியல் நமக்குக் காலந்தோறும் விளக்கம் அளித்தபோதும், படிப்பு வேற, வாழ்க்கை வேறே என்கிற இரட்டை மனநிலையோடு நாம் வாழ்வதால்தான் சாதி என்கிற வைரஸ்சை இன்றுவரை நம்மால் ஒழிக்க முடியவில்லை. ஊரடங்கு காலத்தில் வீட்டில் கிடந்த போது அறிவியல், வரலாற்று நூல்களை வாசித்து நமக்குள் வாழும் சாதிக் கிருமி வளராமல் தடுப்பூசிகள் போட்டுக்கொண்டிருக்கலாமே?

இன்னொருபுறம் கொரோனா ஊரடங்கு காலத்தில் பெண்கள் மீதான ‘குடும்ப வன்முறை’ பல மடங்கு உயர்ந்து பெண்களின் வேலைப்பளுவும் அதிகரித்தது. பட்டாளத்துக்குப் புட்டு அவித்துப் போடுவதுபோல வீட்டிலேயே அடைந்து கிடக்கும் அத்தனை பேருக்கும் சமைத்துப்போட்டு, பாத்திரம் கழுவி என வேலைச்சுமை முழுதாகப் பெண்கள் மீதுதானே விழுந்தது. தமிழகத்திலும், இந்தியாவிலும் மட்டுமல்ல, உலகமெங்கும் இதே நிலை ஏற்பட்டுள்ளது.

தமிழக காவல்துறையின் கூடுதல் டிஜிபியான திரு. எம். ரவி (பெண்கள் மற்றும் குழந்தைகளுக்கு எதிரான குற்றங்கள் பிரிவு) பத்திரிகையாளர்களிடம் பேசியபோது, ஊரடங்கு காலத்தில் குடும்பங்களில் பெண்கள் மீதான வன்முறை பலமடங்கு அதிகரித்திருந்ததாகக் குறிப்பிட்டார். தமிழகக் காவல்துறைக்கு வந்த புகார்களின் எண்ணிக்கை மட்டும் 5740 (ஊரடங்கு துவங்கிய மார்ச் 24 முதல் மே 22 வரையான புள்ளி விவரப்படி,) மாவட்ட வாரியாகப் பட்டியலை வெளியிட்ட காவல்துறை மத்திய மண்டலம் எனப்படும் திருச்சி, பெரம்பலூர், அரியலூர், புதுக்கோட்டை, தஞ்சை, திருவாரூர், நாகப்பட்டினம் மாவட்டங்களை உள்ளடக்கிய மண்டலத்தில்தான் அதிகபட்சமாக 1195, புகார்கள் வந்துள்ளதாகக் குறிப்பிட்டது.

குடித்துவிட்டு மனைவியை அடிப்பது என்பது நம் பண்பாட்டில் ஊறிப்போன ஒரு பழக்கம். டாஸ்மாக் கடைகள் மூடியிருந்த காலத்தில் குடியர்களுக்கு ஏற்பட்ட பரபர மனநிலை வீட்டுப்பெண்கள் மீது பாய்ந்திருந்தது. கடை திறந்தாலும் வாங்கிக்

குடிக்கக் காசில்லை. வேலைவெட்டிக்குப் போகாவிட்டாலும் தான் உழைத்துக் கோண்டு வரும் காசில் புருசனுக்குக் குடிப்பதற்கும் காசு கொடுத்த ஏழைப்பெண்கள் வேலை இழப்பின் காரணமாக அப்படிக் காசு தரமுடியவில்லை. அதனாலும் அவளுக்கு அடி, உதை, ஏச்சு. கீழ்த்தட்டில் இப்படி எனில், நடுத்தர வர்க்கத்தில் வார்த்தை வன்முறை அதிகரித்துள்ளது. தனியார் நிறுவனங்களில் ஊரடங்கு காலத்தில் செய்யப்பட்ட ஆட்குறைப்பு, சம்பளக் குறைப்பு, வேலை என்றைக்குப் பறிபோகுமோ என்கிற உத்தரவாதமற்ற நிலை இவையெல்லாம் உருவாக்கும் மன அழுத்தம் வீடுகளில் மனைவியைத் திட்டுவதிலும் வார்த்தைகளால சாகடிப்பதிலுமாகப் போய் வடிகால் ஆகியது. ஆணுக்கு எந்தக்காரணத்தால் மன அழுத்தம் ஏற்பட்டாலும் அதைச் சுமப்பது பெண்ணாகத்தானே இருக்கிறாள்?

ஊரடங்கு காலத்தில் புருசஷன்மார் வெளியே எங்கும் போகாமல் வீட்டிலேயே இருந்ததால் வன்முறைக்கு இலக்காகும் பெண்களால் அவர்களுக்குத் தெரியாமல் புகார்கூடச் செய்ய முடியாமல் போனது. அப்படியும் 5740 புகார்கள் பெறப்பட்டன. பொதுவாக நம் இந்தியப்பண்பாட்டில் வீட்டுச்சத்தம் வெளியே போகாம, நாலு சுவருக்குள்ள நடப்பது பிறத்தியாருக்குத் தெரியாம, கல்லானாலும் கணவன் புல்லானாலும் புருஷன், அடிச்சாலும் பிடிச்சாலும் அவன் தானே உன் ஆம்படையான் என்று சொல்லிச் சொல்லிப் பெண்கள் வளர்க்கப்படுவதால், குடும்ப வன்முறைகள் பொதுவாக புகார் என்கிற சட்டபூர்வ வடிவத்துக்கு வருவதில்லை. தேசியப் பெண்கள் உரிமை ஆணையம் சொல்வதுபோல, 85 சதவீத வன்முறைகள் வெளியே வருவதே இல்லை.

பெண்களை சமமாகவோ, சக மனுஷப்பிறவியாகவோ கருதாத ஆணாதிக்க வைரஸ் நீண்ட நெடுங்காலமாக நம் உள்ளங்களில் வளர்ந்து காடாக மண்டிக்கிடக்கிறது. சார்! பொம்பளைங்க ஆம்பளைங்களைப் பாடாப் படுத்தலையா? என்கிற கேள்வியை ஆண் தரப்பில் எளிதாகக் கேட்டுவிடுவார்கள். குத்தலான வார்த்தைகளால் ஆண்களைப் படுத்தி எடுக்கும் பெண்கள் இருப்பார்கள். ஆனால் புருஷனை அடித்து, உதைத்து வன்முறை செய்யும் பெண் உண்டா? அப்படி வழக்கோ, புகாரோ காவல்துறைக்கு வந்ததுண்டா?

“என்றைக்கேனும் நடக்கும் கள்ளக்காதலனுடன் சேர்ந்து கணவனைக் கொன்ற பெண்” என்கிற அபூர்வமான செய்தியைப்

பிடித்துத் தொங்கிக்கொண்டு பெண்கள் மீது காலம் காலமாக நடைபெற்றுவரும் வன்முறையை நியாயப்படுத்தவே ஆணாதிக்க மனம் ஆசைப்படுகிறது. இந்த ஊரடங்கு காலத்தில் வீட்டில் இருந்த ஆண் மனம் காந்திஜியின் சத்திய சோதனை போல ஒரு சுயபரிசோதனையை அந்தரங்க சுத்தியோடு நடத்தி தன்னைச் சரி செய்ய முயற்சிக்கலாமே? ஆணாதிக்க வைரஸ் நமக்குள் இருப்பது தெரியாமலே நாம் அதை காலம் காலமாக, தலைமுறை தலைமுறையாகத் தொற்ற வைத்துச் சமூகப் பரவல் கட்டத்திலேயே வைத்திருந்தோமே? அதில் ஒரு முறிப்பை நம் அளவில் ஏற்படுத்தியிருக்கலாமே?

மூன்றாவதாக இன்று தமிழகத்தை, ஏன் இந்தியாவையே உலுக்கியுள்ள சாத்தான்குளம் காவல்நிலையப் படுகொலை. யாரையும் அடித்துத் துன்புறுத்தி விசாரிக்க காவல்துறைக்கு எந்த அதிகாரத்தையும் சட்டம் வழங்கவில்லை. ஆனால் விசாரணைன்னாலே அடித்துத் துன்புறுத்தாம எப்படி உண்மையை வரவழைப்பது? என்று நாம் எல்லோருமே நம்பும் அளவுக்கு அது நம் நாட்டில் இயல்பான ஒன்றாக ஆக்கப்பட்டுள்ளது. நமக்கு அத்தகைய கொடுமை நடக்காதவரை நாம் அதைப்பற்றி வாயே திறக்கமால் இருப்பதுதான் நம் பழக்கமாக, பண்பாடாக இருக்கிறது. இது சரியா? சட்டங்கள், நீதித்துறை, காவல்துறையின் வரம்புகள் பற்றி நமக்கு ஒன்றும் தெரியாது. அதுபற்றி நாம் படிப்பதில்லை. சமூகத்தின் இந்த அறியாமை, காவல்துறையில் இருக்கும் இதுபோன்ற கறுப்பு ஆடுகளின் மக்கள் விரோத, சட்டவிரோதச் செயல்களுக்கு உறுதுணையாக ஆகிவிடுகிறது. ஊரடங்கு காலத்தில் நாம் நூல்நிலையம் சென்று வாசித்திருக்க முடியாவிட்டாலும், இணையத்தின் மூலம் நம் நாட்டின் சட்டதிட்டங்கள் பற்றிய குறைந்தபட்ச அறிவை நாம் வளர்த்துக் கொண்டிருக்கலாமே.

வன்முறை என்னும் வைரஸ் எங்கும் பரவிக்கிடக்கிறது. நீண்டகாலமாகப் பல்வேறு காரணங்களால் அது நம் மனதுக்குள்ளும் வெவ்வேறு வடிவங்களில் உறைந்து கிடக்கிறது. அதையெல்லாம் வெளியேற்ற அக்காலத்தை நாம் பயன்படுத்திக் கொண்டிருக்கலாமே?

7
இயற்கையை நோக்கித் திருப்பிய கொரோனா

மனிதகுல வரலாற்றில் 'கொரோனா காலம்' எனக் குறிக்கப்படும் ஒரு காலமாகிவிட்ட அந்த நாட்கள் அன்றாடம் உழைத்துப் பிழைப்பவர்களுக்குக் கொடுங்கனவாக மாறிவிட்டிருந்தாலும் பொதுவாக நம்மை, நம் ஆதி நிலைகளை நோக்கித் திருப்பி விட்டிருந்தது உண்மை. ஆன்லைன் வர்த்தகம், இணைய வழிச்சந்திப்புகள், இணைய வழிக் கருத்தரங்குகள், தொலைக்காட்சி மற்றும் டிஜிட்டல் உலகம் மற்றும் தனியார் கார்பரேட் மருத்துவமனைகள் மட்டுமே லாபம் குறையாத தொழில்களாக நீடித்தன. நேரடி மனிதத் தொடர்பு தேவையற்ற தொழில்கள் மட்டுமே நீடித்தன.

மதுரையில் பரபரப்பாக இயங்கிக்கொண்டிருந்த ஒரு கல்யாண போட்டோகிராபர் டிங்கரிங் தொழிலுக்குப் போய்விட்டார். கல்யாணத்தில் 50 பேருக்குமேல் கூடமுடியாதபோது, கல்யாணம் தொடர்பான சமையல் கலைஞர்கள், பந்தல்காரர்கள், போட்டோ-வீடியோக்காரர்கள், நகைக்கடைக்காரர்கள், (சவரன் 40 ஆயிரம் என்று ஆகிவிட்டது), வாத்தியக் கலைஞர்கள் என ஒருபாடு தொழில்கள் படுத்துவிட்டன. கோவில்கள், சர்ச்சுகள், மசூதிகள் திறக்கப்படாததால் கோயில் சார்ந்த பூக்கடைக்காரர்கள், தேங்காய் பழ வியாபாரிகள், சந்தனம், ஊதுபத்தி விற்பவர்கள், அர்ச்சகர்கள் எனப் பலருக்கும் வேலை இல்லாத சூழல் ஏற்பட்டது.

திரையரங்குகள் மூடப்பட்டிருந்ததால், வரவே இல்லாமல் எந்திரங்களைப் பாதுகாக்க தினசரி செலவளித்தாக வேண்டிய நெருக்கடியில் திரையரங்க உரிமையாளர்களே சிக்கிக்கொண்டிருந்தனர். வேலையிழந்த திரையரங்க ஊழியர்கள் பற்றிச் சொல்ல வேண்டியதே இல்லை. பெரிய பெரிய வணிக வளாகங்கள், மால்கள் மூடப்பட்டுவிட்டதால் செக்யூரிட்டி முதல் லட்சக்கணக்கில் பணம் முதலீடும் வாடகையும் கட்ட வேண்டிய சிக்கலுக்குள் மாட்டியிருந்த கடைக்காரர்கள்வரை என்ன செய்வதென்று அறியாமல் திகைத்து நின்றார்கள். கோயம்பேடு மார்க்கெட் போன்ற பெரிய மார்க்கெட்டுகள் இயங்காததால் மூட்டை தூக்கும் தொழிலாளிகள், லாரி ஓட்டுநர்கள், காய்கறிக்கடை உரிமையாளர் முதல் ஊழியர்கள் வரை பாதிக்கப்பட்டனர்.

திரைப்படப் படப்பிடிப்பு ரத்துச் செய்யப்பட்டதால் பல லட்சம் பேர் வாழ்வாதாரம் இழந்தனர். பெரிய நடிகர் நடிகையர், தயாரிப்பாளர்கள் தங்கள் கையிருப்பை வைத்து வாழ்ந்து விட்டார்கள். துணை நடிகர், துணை நடிகைகள், மேக்கப் மேன், மேக்கப் வுமன், ஸ்டண்ட் நடிகர்கள் (ஒரு ஸ்டண்ட் நடிகர் சாப்பாட்டுக்கு வழி இல்லாமல் பெயிண்ட் அடிக்கும் வேலைக்குப் போவதாகக் கூறினார்), நடனக் கலைஞர்கள், துணைக் கேமராமேன்கள், லைட் மேன், தயாரிப்பு நிர்வாகத் துறையினர், பஸ், லாரி, கேரவன் ஓட்டுநர்கள் என எத்தனை பேர் எப்போடா படப்பிடிப்பு துவங்கும் எனக் காத்திருந்தனர். அவர்கள் சொல்லுவது "எங்களுக்கு சினிமாவைத்தவிர வேற தொழிலே தெரியாது சார்!" யாருக்கெல்லாம் சங்கம் இருக்கிறதோ அவர்களுக்கு சங்கத்தின் மூலம் அரிசி. பருப்பு என சில உதவிகள் செய்யப்பட்டுள்ளன. கபசுரக் குடிநீர், மருந்து, மாத்திரைகளைக் கூட யூனியன் வழங்கியதாகக் கூறினர். இப்படிச் சங்கம் வைப்பதன் அவசியத்தை இப்போது பலரும் உணரத் தலைப்பட்டுள்ளனர். குறைந்தபட்சம் கஷ்டத்தைப் பேசி மனதை ஆற்றிக்கொள்ளவாவது சங்கம் என்ற ஒன்று இருக்கே? சங்கமே இல்லாதவர்கள் தனியாகப் புலம்பித்திரியும் நிலை.

எல்லோருக்கும் முன்நிற்கும் ஒரு கேள்வி... இந்தத் தொழில் இல்லைன்னா, நமக்கு வேறு என்ன மாற்றுத்தொழில்? அழிவில்லாத தொழில்களாக விவசாயமும் கால்நடை வளர்ப்பும் நிறையபேருடைய கண்ணுக்குத் தெரியத்துவங்கியுள்ளது நல்ல அடையாளம். நல்ல சகுனம். ஐடி துறை உள்ளிட்ட நவீனமான பணிகளில் இருப்போர் தங்கள் கிராமங்களில் விவசாய நிலங்களை வாங்கிப்போட்டு விவசாயத்தில் இறங்கும்போக்கு அதிகரித்துள்ளது. இது கொரானாவால் மட்டும் நிகழ்ந்த மாற்றம் அல்ல, பெரியவர் நம்மாழ்வார் போன்ற இயற்கை விவசாய ஆர்வலர்கள் பல்லாண்டுகளாகத் தொடர்ந்து செய்து வந்த பிரச்சாரத்தால் ஏற்பட்ட மாற்றம். அப்போக்கை கொரோனா காலம் வேகப்படுத்தியது எனலாம்.

அதிக விளைச்சலுக்கு ஆசைப்பட்டு பன்னாட்டுக் கம்பெனிகளின் உரம், பூச்சிக்கொல்லி மருந்துகளை நம் நிலத்தில் கொட்டி நிலத்தையே விஷமாக்கிவிட்டோம் என்கிற விழிப்புணர்வு மெல்லப்பரவி வருகிறது. உலக அளவிலான போக்கு இது. ஜப்பானில் ஒரு நுண்ணுயிரியல் துறை விஞ்ஞானியாகப்

பணியாற்றிய மசானபு புக்குவோக்கா என்பவர் தன் ஆராய்ச்சி மக்களுக்கும் சுற்றுச் சூழலுக்கும் கேடு என அறிவித்து அதை விட்டு விலகினார். மலையடிவாரத்தில் நிலம் வாங்கி உரம், ரசாயன உரங்கள் இல்லாமல்—ஏன் உழவு கூட இல்லாமல்-விவசாயம் செய்ய ஆரம்பித்தார். அவருடைய அனுபவங்களை "ஒற்றை வைக்கோல் புரட்சி" என்கிற புத்தகத்தில் எழுதினார். அவர் பேசினார்:

"அன்பானவர்களே,

"என் வயலில் விளைந்த இந்த ஒற்றைக் கொத்து நெற்கதிரிலிருந்து ஒரு புரட்சி வெடிக்கும்" என்று நான் சொல்கிறேன். அதை உங்களில் யாராவது நம்புவீர்களா? ஆனால், நான் உறுதியாக நம்புகிறேன். மேலெழுந்தவாரியாகப் பார்த்தால், இந்த நெற்கதிர் முக்கியத்துவம் அற்றும், வலிமையற்றும் தெரியலாம். ஆனால், அதன் பலத்தையும், திரட்சியையும் உணர்ந்து கொண்டுவிட்டேன். ஆகவேதான் சொல்கிறேன், "புரட்சி வெடிக்கும்" என்று! நீங்கள் நினைத்தால், உங்கள் ஒவ்வொருவரின் வயலிலும் இப்புரட்சி சாத்தியமே!

இதோ... என் வயலில் இருக்கும் இந்த பார்லி மற்றும் ரை தானியங்களின் கதிர்களைப் பாருங்கள். முதிர்ந்த இக்கதிர்கள், கால் ஏக்கர் நிலத்திலிருந்து 600 கிலோ தானியங்களைத் தருகின்றன. இது, இந்த வட்டாரத்தில் ரசாயன உரத்தின் மூலம் விளைவிக்கப்பட்ட அதிகபட்ச அறுவடைக்குச் சமம் என நம்புகிறேன். ஏனெனில், இப்பகுதி ஜப்பானின் சிறந்த விவசாயப் பகுதிகளில் ஒன்று. ஆனால், என்னுடைய நிலம் இருபத்தைந்து ஆண்டுகளாக உழவு செய்யப்படவே இல்லை... உரம் எதுவும் கொடுக்கப்படவில்லை என்பதை மறந்துவிடாதீர்கள்.

மழைக்காலத்தில், நெற்கதிர்கள் அறுவடைக்குத் தயாராக இருக்கும்போதே... ரை, மற்றும் பார்லி விதைகளை அங்கே தூவி விடுவேன். சில வாரங்களுக்கு நெல் அறுவடை முடிந்ததும், அவற்றின் வைக்கோலை நிலத்தின் மீதே போட்டுப் பரப்பி விடுவேன். நெற்பயிருக்கும் இதேபோலத்தான். மழைக்காலப் பயிர்களான பார்லி மற்றும் ரை ஆகியவை, மே மாதத்தில் அறுவடை செய்யப்படும். இந்தப் பயிர்கள் முதிர்வதற்கு இரு வாரங்களுக்கு முன்னதாக, நெல் விதைகளை அந்த வயலில் தெளித்து விடுவேன். பார்லி மற்றும் ரை அறுவடை செய்யப்பட்டு,

அவை போரடிக்கப்பட்டபின், அவற்றின் வைக்கோலை அதே வயலில் பரப்பிவிடுவேன்.

இப்படி ரை, பார்லி, நெல் ஆகியவற்றை மாற்றி மாற்றிப் பயிரிடும் இந்த முறையானது, உழவு தேவையில்லாத வேளாண்மை முறைக்கே உரித்தான தனித்துவம் வாய்ந்தது. என்னுடைய விவாதம் உழைப்பை எதிர்க்கும் ஒன்றல்ல, தேவையற்ற உழைப்பை எதிர்த்தே. மக்கள் பல நேரம் தாங்கள் பொருட்களைப் பெறுவதற்குத் தேவைக்கு அதிகமான உழைப்பையும், தேவையற்ற பொருட்களைப் பெற சில அவசியமற்ற வேலைகளையும் செய்வதையே வழக்கமாகக் கொண்டுள்ளனர்."

உண்மையில், ஒற்றை வைக்கோல் புரட்சி என்கிற அப்புத்தகம் உலகம் முழுவதும் எதிரொலிகளைக் கிளப்பியது. டிராக்டர் வைத்து உழுகிறீர்களே உங்கள் டிராக்டர் சாணி போடுமா? என்கிற கேள்வி திசையெங்கும் கேட்கத்துவங்கியது. இயற்கை விவசாயம் என்கிற ஒன்று மீட்டெடுக்கப்பட்டு வருகிறது. தமிழகத்திலும் இன்று பலநூறு வகையான நம் பாரம்பரிய விதைகளும் தானியங்களும் மீட்டெடுக்கப்பட்டுள்ளன. திருவாரூர் மாவட்டம், திருத்துறைப்பூண்டியை அடுத்த கட்டிமேடு கிராமத்தில் ஒரு குடும்பத்தில் பிறந்த 9 ஆம் வகுப்புவரை மட்டுமே படித்த திரு. இரா. ஜெயராமன் என்கிற விவசாயி நம்மாழ்வாருடைய சக பயணியாக பணி துவக்கி, சுமார் 170 பாரம்பரிய நெல் ரகங்களை சேமித்த அவர், அந்த நெல் ரகங்களை சக விவசாயிகளோடு இலவசமாக பகிர்ந்து கொள்ளவும் செய்தார். 2018இல் அவர் காலமானபோது இயற்கை விவசாய ஆர்வலர்கள் அனைவரும் மீளாத்துயருக்கு ஆளானார்கள்.

இதெல்லாம் சேர்ந்து எழுச்சி கொள்ள வைத்த இயற்கை விவசாயத்தை நோக்கி இளைஞர்கள் பலரை காலம் அனுப்பி வைக்கத் துவங்கியுள்ளது. கோரோனா காலத்தின் முக்கியமான நன்மை இது. தீமையிலும் ஒரு நன்மை என்று சிலவற்றை கோவிட் 19 நாட்களில் நாம் பார்க்க முடிந்தது. பனியால் சூழப்பட்ட இமயமலைத்தொடரின் ரம்மியமான காட்சியை ஜலந்தர் பகுதியில் வசிக்கும் இன்றைய தலைமுறையினர் கண்டிருக்க வாய்ப்பில்லை. ஏனெனில் அதிகரித்துள்ள காற்று மாசு, அந்த மலைத்தொடரை மறைத்துவிட்டது. சுமார் 25 ஆண்டுகளுக்கு முன்பு வரைதான் இந்தப் பனிமலை கண்ணில் புலப்பட்டதாகக் கூறப்படுகிறது. இந்நிலையில், கொரோனா வைரஸ் பரவலைத்

தடுக்க இந்தியா முழுவதும் ஊரடங்கு அமல்படுத்தப்பட்ட காரணத்தால், நாடு முழுவதும் வாகனப் போக்குவரத்து முற்றிலும் முடங்கியுள்ளதால் காற்று மாசு பல மடங்கு குறைந்தது. அந்த வகையில், ஜலந்தர் பகுதியிலும் காற்று மாசு குறைந்ததால் தவுலதார் மலைத்தொடரின் எழில்மிகு தோற்றம் புலனாகியது.

இதனால் உற்சாகமடைந்து ஜலந்தர்வாசிகள், தங்கள் வீடுகளிலிருந்து இந்த மலைத்தொடரின் பின்னணியில் செல்பி எடுத்து சமூக வலைதளங்களில் பதிவிட்டு வந்தனர். பல நாடுகளில் மக்கள் வீட்டை விட்டு வெளியேற தடை விதிக்கப்படிருந்ததால் அங்கெல்லாம் காற்று மாசு கட்டுப்படுத்தப்பட்டது. சீனா மற்றும் வட இத்தாலியில் காற்றில் நைட்ரஜடை ஆக்சைட் அளவு குறைந்தது. காற்றை மாசுபடுத்தி வெப்பமயமாதலுக்கு முக்கிய காரணமாக உள்ள நைட்ரஜன் டை ஆக்சைடின் அளவு காற்றில் குறைந்து காணப்பட்டது. தொழிற்சாலைகள் மற்றும் காரில் இருந்து வெளியேறும் புகை குறைந்துவந்ததால் காற்றில் நைட்ரஜன் டை ஆக்சைடு அளவும் குறைந்தது.

நியூயார்க்கில் உள்ள ஆர்வலர்கள் "தற்போது பெரும்பாலும் கார்களில் இருந்து வெளியாகும் கார்பன் மோனாக்சைட் அளவும் குறைந்து காணப்படுகிறது என்று கூறுகின்றனர். கடந்த ஆண்டுடன் ஒப்பிடுகையில் கார்பன் மோனாக்சைட் 50% குறைந்துள்ளதாக அவர்கள் தெரிவித்தனர். விமானப் போக்குவரத்தும் சில நாடுகளால் ரத்து செய்யப்பட்டுள்ளதாலும் காற்றுமாசு அளவைக் கட்டுப்படுத்தும்" என்று பிபிசி பேட்டியில் கூறுகின்றனர்.

வடக்கு இத்தாலியில் பிரபலமான சுற்றுலா தலமான வெனிஸ் நகர கால்வாய்த் தெருக்களில் படகுப் போக்குவரத்து முடங்கியுள்ளதால் நகரம் முழுவதும் தண்ணீர் மிகத் தெளிவாக இருக்கிறது. தற்போது அந்த தண்ணீரில் மீன்களை கூட காணமுடிகிறது. மாசுக்குப் பேர்போன நம் தலைநகர் டில்லியில் இப்போது மாசு வாயுவான நைட்ரஜன் டையாக்சைடு 70 சதவீதம் குறைந்துள்ளது. அதை அப்படியே தக்கவைக்கவேண்டும் என ஐ.நா. கூறியுள்ளது. சென்னை உள்ளிட்ட பெருநகரங்களிலும் வாகனப்புகை, ஆலைகளிலிருந்து வரும் புகை போன்றவை கட்டுப்பட்டுள்ளதால் காற்று மாசு குறைந்துள்ளது.

100 ஆண்டுகளுக்கு முன்னால் இவ்வளவு வாகனங்கள் இல்லை. இவ்வளவு ஆலைகள் இல்லை. இவ்வளவு புகையும் இல்லை. மாசுப்பரவலும் இல்லை. ஊரடங்குக் காலத்தில் இதைப்பற்றியெல்லாம் அனுபவப்பூர்வமாக மக்கள் யோசித்தது நாட்டுக்கும் சமூகத்துக்கும் நல்ல அறிகுறி. மாசு காரணமாக உருவாகும் புவி வெப்பமயமாதல் காரணமாக 2030க்குப் பிறகு கடல் நீர் பொங்கி நிலத்தில் புகும். கடற்கரை நகரங்கள் நீரில் மூழ்கும் என்று விஞ்ஞானிகள் அச்சம் தெரிவித்து வரும் சூழலில், இயற்கையான சூழலை நோக்கி மக்கள் திரும்புவது மிக நல்ல மாற்றம். நம்பிக்கையளிக்கும் மாற்றம்.

மனிதனின் லாப வெறி காரணமாக இயற்கையை எவ்வளவு சீரழிக்க முடியுமோ அவ்வளவையும் செய்துவிட்டோம்.கொரோனா போன்ற இன்னும் பல கொள்ளை நோய்கள் அடுத்தடுத்து வரலாம் என விஞ்ஞானிகள் எச்சரிக்கிறார்கள். என்னதான் தீர்வு இதற்கு? இயற்கையின் இயல்பான சுழற்சியைக் கெடுப்பதே முக்கியமான காரணம். போதும். இத்தோடு நிறுத்துவோம். கோடிகோடியாகப் பணம் சம்பாதித்து சாகும்போது கூடவா கொண்டு போகப்போகிறீர்கள் என்று பன்னாட்டு முதலாளிகளையும் அரசுகளையும் நோக்கி உலக மக்கள் கேள்வி எழுப்ப வேண்டிய காலம் இது. க்ரேட்டா தன்பெர்க் என்னும் ஸ்வீடன் நாட்டுச் சிறுமி “எங்களுக்கான இந்த உலகத்தைச் சீரழிக்க உங்களுக்கு என்ன தைரியம்?” என்று எழுப்பிய குரல் இன்று உலகெங்கும் எழுந்து நிற்கிறது.

மாற்றுத்தொழில்களைப்பற்றிக் கவலைப்படும் அதே நேரத்தில், இயற்கையை அழிக்காமல், இயற்கையைப் புரிந்துகொண்டு, இயற்கையோடு ஒத்திசைவாகச் செல்லும் தொழில் முறைகளைப்பற்றி நாம் யோசிக்க வேண்டும். “இயற்கையை நோக்கித் திரும்புவோம்” என்கிற குரல் நம் ஒவ்வொருவர் உள்ளத்திலும் எதிரொலிக்க வேண்டும்.

8
பெண்களின் சொத்துரிமை

இந்திய சமூகத்தில், நீண்ட நெடுங்காலமாக சொத்துரிமை என்பது ஆண்களுக்கு உரியதாக மட்டுமே இருந்து வந்துள்ளது. பெண்ணுக்குப் பிறந்த வீடு என்பது நாற்றங்கால்போல மட்டும்தான். அவளுக்கு அந்த வீட்டில் 0-22 வயது வரை குடி இருக்கும் உரிமை மட்டும்தான் உண்டு. கல்யாணம் ஆகிவிட்டால் அதற்குப் பிறகு அந்த வீட்டில் அவளுக்கு எந்த உரிமையும் கிடையாது. வந்து போகலாம் அவ்வளவுதான். நாற்றங்காலிலிருந்து பிடுங்கி நடப்பட்ட பயிர்போல அவள் வேறு நிலத்தில்தான் புதிதாக வேர் பிடித்து வளர்ந்துகொள்ளவேண்டும். இதுதான் இந்தியப் பெண்களுக்கு வாய்த்த வாழ்க்கை. இன்றளவும் இதில் எந்த மாற்றமும் இல்லை. இந்த நிலையில் அந்த வீட்டின் சொத்துக்கள் மீது அவளால் பாத்தியதை கொண்டாட முடியுமா?

இந்தியா சுதந்திரம் பெற்ற பிறகு, 1950ஆம் ஆண்டு இந்திய அரசியலமைப்புசட்டம் 'சட்டத்தின்முன் அனைவரும் சமம்' என்பதை உறுதி செய்தது. அதன்பின், பெண்களுக்கான சொத்துரிமை குறித்த விவாதங்கள் வேகம் எடுத்தன. பிறந்த வீட்டிலேயே பெண் குழந்தைக்கு சமத்துவம் இல்லையே பிறகெப்படி நாட்டில், சமூகத்தில் சட்டத்தின்முன் அனைவரும் சமம் என்பது அமலாகும் என்கிற கேள்வி எழுந்தது. நீண்ட விவாதங்களுக்குப் பிறகு ஒரு சட்டம் கொண்டுவரப்பட்டது.

1956ஆம் ஆண்டு கொண்டுவரப்பட்ட இந்து வாரிசுரிமைச் சட்டம் –Hindu Succession Act 1956, வாரிசு உரிமையை ஆண் பெண் என்ற பேதம் பார்க்காமல் அனைவருக்கும் சமம் என்று கூறியது. 1956ஆம் ஆண்டு சட்டத்தின் பிரிவு 6-க்கு 2005இல் கொண்டு வரப்பட்ட திருத்தமே ஆண்குழந்தைகளுக்கு நிகராகப் பெண் குழந்தைகளுக்கும் சொத்தில் வாரிசு உரிமை உண்டு என்று சந்தேகத்துக்கு இடமின்றிக் கூறியது. ஆனாலும் இந்தச் சட்டம் வருவதற்கு முன்பு ஏற்பட்ட சொத்துப் பிரச்சனைகளில், இந்தச் சட்டத்தின்படி பெண்கள் உரிமை கோர முடியுமா என்பது 2005 திருத்தத்தில் தெளிவாகச் சொல்லப்படவில்லை. தமிழகத்தில் 1989இல் திராவிட முன்னேற்றக்கழக ஆட்சியின்போது பெண்களுக்கு சொத்துரிமை உண்டு எனச் சட்டம் இயற்றப்பட்டது. செல்வி

ஜெயலலிதா அம்மையார் ஆட்சியின்போது தாயின் பெயரை குழந்தைகளின் பேருக்கு முன்னால் இனிஷியலாகப் போடலாம் என்கிற சட்டம் இயற்றப்பட்டது. இவ்விரு சட்டங்களும் பெண் விடுதலை நோக்கில் இந்தியாவுக்கு முன்னுதாரணமான சட்டங்களாகும். இப்போது ஆகஸ்ட் 17 அன்று உச்ச நீதிமன்றத்தின் நீதியரசர்கள் அருண் மிஸ்ரா, எஸ்.அப்துல் நசீர், எம்.ஆர்.ஷா ஆகிய 3 பேர் கொண்ட அமர்வு ஒரு வரலாற்றுச் சிறப்புமிக்க தீர்ப்பினை வழங்கியுள்ளது.

எந்தத் தேதியிலிருந்து 2005 சட்டம் செல்லும் என்பதற்கு அத்தீர்ப்பு தெளிவான விளக்கம் கொடுத்துள்ளது. தேதி அல்ல பிரச்னை. பெண்குழந்தை பிறந்த நாளிலிருந்தே அவளுக்கு உரிமை. இயற்றப்பட்ட தேதி முக்கியமல்ல என்று கூறிவிட்டது. நீதியரசர் அருண்மிஸ்ரா தீர்ப்பை வெளியிடும்போது 'ஒருவருடைய மகள் என்பவள் திருமணமாகிப் போனாலும் என்றென்றைக்கும் தாய், தந்தையரின் அன்பான, செல்லமான குழந்தைதான்' என்று நெகிழ்ச்சியுடன் குறிப்பிட்டார். ஆகவே ஆண் குழந்தைகளுக்கு இணையாக எப்போதுமே பெண்குழந்தைகளுக்கும் சொத்தில் சம உரிமை வழங்கப்பட்டே ஆகவேண்டும் என்று கூறியுள்ளார்.

இந்தத் தீர்ப்பினை பல்வேறு அரசியல் இயக்கங்களை சார்ந்தவர்களும் வரவேற்றுள்ளனர். தமிழகத்தில் ஆளும் கட்சி மற்றும் எதிர்கட்சிகள் அனைவருமே ஒருசேர இந்தத் தீர்ப்பினை வரவேற்றுள்ளது குறிப்பிடத்தக்கது. இது மகிழ்ச்சிக்குரிய, வரவேற்புக்குரிய தீர்ப்பு என்பதில் இரண்டு கருத்துக்களுக்கு இடமில்லை. ஆனால், சட்டம் இயற்றினால் மட்டும் நம்முடைய சமூகத்தில் எல்லாம் நிறைவேறி விடுவதில்லை என்பதை நாம் அறிவோம். பெண்குழந்தைகள் மீதான வன்முறையைத்தடுக்க போக்ஸோ சட்டம் வந்த பிறகும் எத்தனை பாலியல் வன்முறை கொடுமைகள் நிகழ்ந்தபடி இருக்கின்றன?வன்கொடுமை தடுப்புச் சட்டம் எத்தனை சக்தி மிக்க ஷரத்துக்களோடு நிறைவேற்றப்பட்டாலும் வன்கொடுமைகளும் ஆணவப்படுகொலைகளும் நிகழ்ந்து கொண்டேதான் இருக்கின்றன.

பெண்ணின் சொத்துரிமையோடு நேரடியாகத் தொடர்புடையது வரதட்சணை. வரதட்சணை தடுப்புச் சட்டம் 1961 வரதட்சணை கேட்பது கொடுப்பது, வாங்குவது எல்லாவற்றையும் தண்டனைக்குரிய குற்றமாக அறிவித்தது. 1984 மற்றும் 1986 ஆகிய ஆண்டுகளில் இந்தச் சட்டத்தில் மேலும் சில திருத்தங்கள்

கொண்டுவரப்பட்டன. இத்திருத்தங்களின்படி திருமணமாகி ஏழு ஆண்டுகளுக்குள் ஒரு பெண் மரணம் அடைந்திருந்தால், அவள் மரணத்திற்குமுன் அவ்வீட்டில் வரதட்சணைக் கொடுமைகள் நடந்திருந்தால் அம்மரணம் வரதட்சணை மரணம் என்றே குறிக்கப்பட வேண்டும். அப்பெண்ணின் கணவனும் அவனுடைய குடும்பத்தாரும் குற்றவாளிகள் என்று குற்றம் சாட்டப்பட்டுக் கைது செய்யப்பட வேண்டும், தாம் குற்றமற்றவர்கள் என்று நிரூபிக்கும் பொறுப்பு கணவனுக்கும் கணவன் குடும்பத்தாருக்கும் உண்டு என்று திருத்தம் கூறியது. இதேபோல 2005ஆம் ஆண்டு நிறைவேற்றப்பட்ட குடும்ப வன்முறை தடுப்புச் சட்டம் வரதட்சணை வாங்குவதை, கேட்பதை, வற்புறுத்துவதை தண்டனைக்குரிய குற்றம் என்றே கூறியது.

வரதட்சணைக்கு எதிராக, எத்தனை சட்டங்கள் இருந்தாலும், நம்முடைய சமூகத்தில் வரதட்சணையை ஒழிக்க முடியாவிட்டாலும் குறைக்ககூட முடியவில்லை என்பதுதான் நடைமுறை உண்மை. வரதட்சனை இவ்வளவு வேண்டும் என்று கேட்பதும் தொடர்கிறது நேரடியாக கேட்காமல் மறைமுகமாக “உங்க பொண்ணுக்கு நீங்க போடறதப் போடுங்க. நாங்க ஒன்னும் சொல்லல” என்கின்ற பக்குவமான வார்த்தைகளின் மூலம் பெண் வீட்டாருக்கு நெருக்கடி கொடுப்பது அங்கிங்கெனாதபடி எங்கும் பரவி இருக்கிறது.

இப்படி எத்தனை சட்டங்கள் வந்தாலும் எந்த மாற்றமும் நிகழாமல் இருக்க என்ன காரணம்? பெண்களுக்கு சொத்துரிமை உண்டு எனச் சட்டம் இயற்றினாலும் உச்ச நீதிமன்றமே தீர்ப்புச் சொன்னாலும் அது நடைமுறைக்கு வந்துவிடுமா? அப்படி வராதெனில் அதற்கு அடிப்படையான காரணம் என்ன?

இதற்கான விடையைத் தேடி நாம் வரலாற்றுக்குள் பயணிக்க வேண்டும். சொத்து என்பது இந்த பூமியில் எப்போது தோன்றியது? அது தோன்றிய போது யாருக்குச் சொந்தமாக இருந்தது? ஆணுக்கும் பெண்ணுக்கும் பொதுவாக அது இருந்ததா? அல்லது சொத்து உருவான போதே அது ஆணுக்கு என்று படைக்கப்பட்டதா?

புரட்சித்தலைவர் எம்ஜிஆர் அவர்கள் நடித்த ‘படகோட்டி’ என்ற திரைப்படத்தில் கவிஞர் வாலி அவர்கள் எழுதிய பாடல் ஒன்று வரும்.

“கொடுத்ததெல்லாம் கொடுத்தான்
அவன் யாருக்காகக் கொடுத்தான்

"ஒருத்தருக்கா கொடுத்தான் இல்லை
ஊருக்காகக் கொடுத்தான்
உனக்காக ஒன்று எனக்காக ஒன்று
ஒருபோதும் தெய்வம் கொடுத்ததில்லை"

ஆம். ஆதியிலே 450 கோடி ஆண்டுகளுக்கு முன்னால் இந்த பூமி தோன்றியபோது இப்பூமியில் உயிர்களே இருக்கவில்லை. பலகோடி ஆண்டுகளுக்குப் பிறகுதான் உயிர்கள் தோன்றின. தோன்றிய உயிர்கள் அத்தனைக்கும் உடைமையாகத்தான் இந்த பூமியே இருந்தது. மீன்கள், பறவைகள் மற்றும் பல விலங்குகள் எல்லாம் தோன்றிய பிறகுதான் குரங்கு இனமும் அதற்கெல்லாம் பின்னால் மனிதக் குரங்கு இனமும், ஹோமோ சேப்பியன்ஸ் எனப்படுகின்ற நம்முடைய மனித இனமும் தோன்றின. மனித இனம் தோன்றிய பிறகும் இந்த பூமி முழுவதுமே ஆண், பெண் அனைவருக்கும் சொந்தமானதாக உரிமை உள்ளதாகவே இருந்தது.

நாம் வேட்டை சமூகமாக வாழ்ந்த காலத்தில், தனிச் சொத்து என்று ஏதும் இருக்கவில்லை. எல்லாமே எல்லோருக்குமான பொதுச்சொத்துதான். ஆணோ, பெண்ணோ, பறவையோ, விலங்கோ எல்லோருக்குமான பொதுச் சொத்தாக இந்த பூமி இருந்து வந்தது. தனிச்சொத்து என்பது மனித குல வரலாற்றில் எப்போது வந்தது?

இனக்குழு வாழ்க்கை முடிந்து மனிதகுலம் மேய்ச்சல் சமூகமாக மாறியபோதுதான் முதன்முதலாக கால்நடைகள் மனிதகுலத்தின் சொத்தாக மாறினர். மாடு என்பதற்கு செல்வம் என்ற ஒரு பொருள் தமிழில் இருப்பதை நாம் அறிவோம். மாடல்ல, மற்றையவை என்று வள்ளுவரும் குறிப்பிட்டுள்ளதை பார்க்கலாம்.

வேட்டைக் காலத்தில் ஆண்களோடு பெண்களும் வேட்டைக்குச் சென்றதாக தொல்லியல் சான்றுகள் கூறுகின்றன. தமிழக வரலாற்றிலும் குறிஞ்சி, முல்லை மருதம் நெய்தல் பாலை என்கிற ஐவகை நிலங்களில் குறிஞ்சி எனப்படுகின்ற மலையும் மலை சார்ந்த வாழ்க்கையில் தனிச்சொத்துரிமை அல்லது தனிச் சொத்துடைமை இருந்திருக்கவில்லை. காடும் காடு சார்ந்த வாழ்க்கை எனப்பட்ட முல்லைத் திணையில்தான் ஆநிரை மேய்த்தல் வந்து சேருகிறது. ஆடு மாடுகளே சொத்தானபோது வெளியில் சுற்றிக் கொண்டு இருந்தவர்களான ஆண்கள், வெளியில்

உருவான இந்த சொத்துக்கு உடைமையாளர்கள் ஆனார்கள். தன்னுடைய சொத்து தனக்கு மட்டுமே பிறக்கும் குழந்தைக்குசெல்ல வேண்டும் என்கிற உணர்வில்தான் பெண்ணுடைய கட்டற்ற பாலியல் சுதந்திரம் கற்பு என்கிற ஒன்றால் கட்டுப்படுத்தப்பட்டது. அது எந்த அளவுக்குச் சென்றது என்றால் கணவன் இறந்தால் மனைவியும் உடன்கட்டை ஏறித் தீயில் வெந்து செத்துவிடவேண்டும். அதுவே தலைக்கற்பு என்று வலியுறுத்தப்பட்டது. ராஜாராம் மோகன்ராய் போன்ற சீர்திருத்தவாதிகளின் முயற்சியால், உடன்கட்டை ஏறுவது 1829இல் தடை செய்யப்பட்டது.

அதாவது பெண்ணின் வாழ்வுரிமையே மறுக்கப்பட்டிருந்த அன்றைய இந்தியாவில் அவளுடைய சொத்துரிமை பற்றி யாரும் யோசித்திருக்கக்கூட மாட்டார்கள்.

பரவலான பெண் கல்வியும், சமூக சீர்திருத்த இயக்கங்களும் முன்னெடுத்த கிளர்ச்சிகளே கெட்டிதட்டிப்போயிருந்த நம் சமூகத்தின் பெண்ணடிமைத்தனத்தின்மீது மரண அடிகளைக் கொடுத்தன. தமிழகத்தில் தந்தைபெரியாரும் பொதுவுடைமைச் சிற்பி சிங்காரவேலர் போன்றோர் நடத்திய சுயமரியாதை இயக்கம் பெண் விடுதலைக்காக வலுவான குரல் எழுப்பியது. சுயமரியாதை இயக்கத்தின் மாநாடுகளின்போது பெண்களுக்கென்று தனி மாநாடுகள் நடத்தப்பட்டன. அப்பெண்கள் மாநாடுகளில் பெண்ணுக்கு சொத்துரிமை வேண்டும் என்று மீண்டும் மீண்டும் வலியுறுத்தப்பட்டது.

ஆனால் வரலாற்றுக்காலம் முழுவதிலுமே பெண்கள் சொத்துரிமை இல்லாதவர்களாக இருந்தார்கள் என்று தீர்ப்பெழுதிவிடவும் முடியாது. கி.பி.700 முதல் கி.பி.1700 வரையிலான தமிழகக் கல்வெட்டுக்களில் இடம்பெற்றுள்ள பெண்களின் பெயர்கள் பற்றி ஆராய்ச்சி செய்த் லெஸ்லி சி.ஓர் என்பவர் தனுடைய ஆய்வு முடிவாக இவ்வாறு கூறுகிறார்:

“..கல்வெட்டுகளில் குறிப்பிடப்பட்ட பழங்காலப் பெண்களில் பலரும் அவர்களது கணவர்களைக்கொண்டோ அல்லது வேறு ஆண் உறவினரைக் கொண்டோ அடையாளப்படுத்தப்படவில்லை. சாஸ்திர விதிகளின் முழுமையான செல்வாக்குக்கு உட்பட்டவர்கள் என்று நாம் எதிர்பார்க்கக்கூடிய பிராமணப் பெண்களேகூட கல்வெட்டுகளில் மனைவிகளாக மட்டுமே விவரிக்கப்பட்டிருக்கவில்லை. பெண்கள் வேறு தனிநபர்

அடையாளங்களுடன் அடிக்கடி குறிப்பிடப்படுவதால், தந்தையர், கணவர்கள், மகன்கள் ஆகியோரைச் சார்ந்து மட்டுமே சமூக அடையாளங்கள் வரையறுக்கப்படவில்லை என்பது தெரிகிறது. கல்வெட்டில் பெயர் குறிப்பிடப்பட்ட பெண்களில் பெரும்பாலானவர்கள் சொத்துடையவர்களாகவும், சொத்தின்மீது கட்டுப்பாடு செலுத்தியவர்களாகவுமே விவரிக்கப்படுகிறார்கள். சொத்து மாற்ற நடவடிக்கை, பெண்களால் அடிக்கடி மேற்கொள்ளப்பட்ட நடவடிக்கையாக இருந்தது. இது மதப் பின்னணியில் கொடையளிக்கும் செயல்பாடாக இருந்தது. பல பெண்கள் நிலவுடைமை பெற்றிருந்தவர்களாக விவரிக்கப் படுகிறார்கள். பெயர் குறிப்பிடப்பட்டவர்களில் பாதிப்பேர் கொடையளித்தவர்களாகவோ அல்லது கல்வெட்டின் மையமான நபராகவோ இருப்பது, அவர்களது தற்சார்புத் தன்மையையும், அதிகாரத்தையும் தெளிவாக அடையாளங் காட்டுகிறது."

ஆகவே, இடைக்காலத்தில் குறிப்பிட்ட சில குடும்பப் பெண்கள் (அரசிகள், வசதிமிக்க குடும்பப் பெண்கள் போன்றோர்) சொத்துரிமை பெற்றவர்களாக இருந்துள்ளனர்.

சொத்தே இல்லாத அன்றாடம் காய்ச்சிகளான உழைக்கும் மக்களுக்கு இந்தச் சொத்துரிமை என்பதெல்லாம் ஒரு பிரச்னையே இல்லை. சொத்துடைய குடும்பங்களிலும் பெண்ணுக்கு வரதட்சிணையாகவும் சீதனமாகவும் பொன்னையும் பொருளையும் வாரிக்கொடுத்துவிடுவதால் அவளுக்கு சொத்து வேறே கொடுக்கணுமா என்று நினைக்கிறார்கள். வரதட்சணைக்காக சகலத்தையும் இழந்துபோன குடும்பங்களை நாமும் பார்க்கத்தான் செய்கிறோம்.

வரதட்சணை என்கிற ஒன்றை சுத்தமாக ஒழித்துவிட்டால் இந்தக் கேள்வி வராது. சட்டங்கள் இருக்கின்றன. ஆனால் நம் சமூகத்தின் பண்பாடு குறுக்கே வந்து படுத்துக்கிடக்கிறது. 'பெண்ணைக் கரையேற்றுவது' 'தள்ளி விடுவது' என்கிற நிலை மாறி அவளும் ஆண்குழந்தைகளைப்போல மாப்பிள்ளை பார்த்து அவள் விருப்பப்படும் பையனைத் தேர்வு செய்யும் பண்பாட்டுக்குள் நம் சமூகம் நுழைய வேண்டும். அப்போதுதான் வரதட்சணை ஒழியும். அதைக் காரணம் காட்டிப் பெண்ணுக்குச் சொத்துரிமையை மறுக்கும் மனநிலையும் மாறும்.

உச்ச நீதிமன்றத் தீர்ப்பு உற்சாகமளித்தாலும் நடைமுறையில் மாற்றம் காண நாம் இன்னும் நெடுந்தூரம் பயணிக்க வேண்டும்.